रामकृष्ण परमहंस

भक्तीच्या भक्ताचे सुंदर जीवन

'विचारनियम' या बेस्टसेलर पुस्तकाचे रचनाकार

सरश्री

सकाळ प्रकाशन

सकाळ प्रकाशन

Ramkrishna Paramhans
by Sirshree Tejparkhi

रामकृष्ण परमहंस

भक्तीच्या भक्ताचे सुंदर जीवन

प्रथम आवृत्ती : ऑगस्ट २०१८

मुखपृष्ठ : मधुमिता शिंदे

अक्षरजुळणी आणि
मांडणी : अश्विनी महाजन

प्रकाशक : सकाळ मीडिया प्रा. लि.
५९५, बुधवार पेठ, पुणे ४११ ००२

ISBN : 978-93-87408-37-1

संपर्क : 020-2440 5678 / 88888 49050
sakalprakashan@esakal. com

भारतातील सर्व तीर्थंकरांना
हे पुस्तक समर्पित...

अनुक्रमणिका

प्रस्तावना

भक्तीचे भक्त कसे बनाल?

'सत्-चित्-आनंदरूपी वृक्षावर अनेक राम आणि कृष्ण विराजमान आहेत. त्यांच्यातील दोन-चार जरी या पृथ्वीतलावर अवतरले, तरी आध्यात्मिक क्रांती होऊ शकते.' असे भक्तीची प्रशंसा करताना श्री रामकृष्ण परमहंस म्हणत असत. अशी स्तुती केवळ भक्तीचा भक्तच करू शकतो. श्री रामकृष्ण परमहंस हे भक्तीचे भक्त होते आणि नित्य असतील. भक्तीचे महत्त्व समजून घेण्यासाठी आपण एक काल्पनिक कथा वाचू या.

एकदा भक्ता (भक्ती) आणि पवित्रा (पावित्र्य) या दोन मैत्रिणींमध्ये वाद चालला होता, दोघींमध्ये श्रेष्ठ कोण आहे? याविषयी भक्ताचे म्हणणे होते, पवित्रा श्रेष्ठ आहे आणि पवित्राचे मत होते, भक्ता श्रेष्ठ आहे!

तसे पाहायला गेले तर सर्वसाधारणत: असेच दिसते, की लोक इतरांपेक्षा स्वत:चे श्रेष्ठत्व सिद्ध करण्यासाठीच वादविवाद करतात. परंतु इथे तर भक्ता आणि पवित्रा या स्वत:पेक्षा दुसरीलाच श्रेष्ठ ठरवण्यासाठी तंटा करत होत्या.

या वादविवादातून कोणताही निश्चित निष्कर्ष निघत नसल्याने अखेर त्या दोघी 'क्षमाशांती'कडे गेल्या आणि तिला सांगितले, 'आम्ही दोघी परस्परांना स्वत:हून श्रेष्ठ समजत आहोत. तेव्हा आता तुम्हीच सांगा, आम्हा दोघींमध्ये नक्की श्रेष्ठ कोण आहे?'

या प्रश्नावर क्षमाशांतीने दोन उत्तरे दिली.

पहिल्या उत्तरात क्षमाशांती म्हणाली, 'क्षमा करा; परंतु तुम्ही दोघीही

चुकत आहात. खरं तर श्रेष्ठ तोच असतो, जो स्वत:पेक्षाही समोरच्याला जास्त श्रेष्ठ समजतो. तुम्ही दोघी तुमच्या वादात एकमेकींना श्रेष्ठत्व देत असल्याने, स्वत:च श्रेष्ठ ठरत आहात, त्यामुळे तुम्ही दोघी चुकीच्या आहात.'

दुसऱ्या उत्तरात क्षमाशांती म्हणाली, 'क्षमा करा, माझं पहिलं उत्तर अपूर्ण होते. वास्तवात तुम्ही दोघीही योग्य आहात, श्रेष्ठ आहात. कारण समोरच्याला श्रेष्ठ समजून तुम्ही खरोखरच श्रेष्ठ ठरल्या आहात.' भक्ता आणि पवित्रा या दोघींनाही ही दोन्ही उत्तरं आवडली. त्यामुळे त्यांनी क्षमाशांतीला सांगितले, 'तुम्ही तर आमच्याहूनही अधिक श्रेष्ठ आहात.' अशा प्रकारे एक नवीनच प्रश्न निर्माण झाला, की आता या तिघींमधून नक्की कोणाला श्रेष्ठ म्हणायचे? योग्य उत्तर मिळवण्याकरिता त्या तिघीही ज्ञानदेवांकडे गेल्या.

ज्ञानदेव म्हणाले, 'तुम्हा तिघींमध्ये कोण श्रेष्ठ आहे, याचं उत्तर मी देऊ शकत नाही; परंतु मला हे नक्की माहीत आहे, की भक्ता, पवित्रा आणि क्षमाशांती या तिघींचा मिळून एक विशेष त्रिकोण बनतो. शिवाय, भक्ती ही ज्ञानाच्या पलीकडील अवस्था आहे असं माझा अनुभव सांगतो. या भक्तीनेच माझ्यात परिवर्तन घडवले आहे. ज्ञानप्राप्तीनंतर लोक निराकाराच्या गोष्टी तर करू लागतात; परंतु ते हे समजू शकत नाहीत, की निराकाराचा अनुभव प्राप्त झाल्यानंतरही भक्ती करणं का शक्य होतं? ज्ञानाच्याही पलीकडे ते असं काय पाहू शकतात, जेणेकरून भक्ती हाच त्यांचा अनुभव झालेला असतो?'

या ज्ञानयुक्त उत्तरातून आपल्याला काय समजले? सत्याची तृष्णा असलेल्या लोकांसाठी भक्ती हा मार्गही आहे, ध्येयप्राप्तीचे ठिकाणही आहे आणि या पलीकडे असलेले निर्वाणही आहे. त्यामुळे भक्ती ही अत्यंत महत्त्वपूर्ण आहे. शिवाय, तिचा महिमा युगानुयुगे गायला जात आहे. ज्ञानही भक्तीचा महिमा गातोय. म्हणून भक्तीचे सर्वाधिक सौंदर्य हेच आहे, की सत्यप्राप्तीच्या प्रत्येक मार्गावर अंतिमत: केवळ भक्तीच उरते.

याच भक्तीने परिपूर्ण होते, श्री रामकृष्ण परमहंसांचे जीवन. दक्षिणेश्वरमधील कालीमातेच्या मंदिरातील पुजारी रामकृष्ण परमहंस हे भक्तीचेही भक्त बनले होते. भक्तीचे भक्त बनण्यासाठी आधी आपल्याला भक्तीचे माहात्म्य समजले पाहिजे, जे आपण रामकृष्ण परमहंसांच्या महान जीवनचरित्रातून समजून घेणार आहोत.

श्री रामकृष्ण परमहंस हुबळी जिल्ह्यातील एका छोट्याशा गावातून, कामापुकुरमधून कोलकाता येथे रोजगार मिळवण्याकरिता आपल्या भावाकडे आले होते. परंतु त्यांना

रोजगारापेक्षाही कालीमातेच्या चरणसेवेत, पूजेत अधिक संतुष्टी लाभत होती. कालीमातेसमोर ते ज्या भावातीत अवस्थेत बसत, ती अवस्था त्यांना कोणता अभ्यास अथवा जप-तपाने प्राप्त झालेली नव्हती, तर हा अनुभव त्यांना वयाच्या सहाव्या वर्षीच प्राप्त झाला होता आणि तेव्हापासूनच ते भक्तिरंगात रंगून गेले होते.

मंदिरात जेव्हा रामकृष्ण परमहंस पूजा-अर्चा करत असत, तेव्हाही ते कालीमातेच्या रूपात ईश्वराविषयीच चिंतन करत असत. ईश्वराला आपल्या चक्षूंद्वारे पाहण्याची इच्छा व्यक्त करत. मातेला दररोज प्रार्थना करतेवेळी म्हणत, 'माते, आजसुद्धा तुझं दर्शन होऊ शकलं नाही.' अशा प्रकारे कित्येक दिवस, महिने उलटून गेले आणि एके दिवशी अचानक कालीमातेने त्यांना दर्शन दिले. त्यानंतर रामकृष्ण परमहंस सत्यसाधना आणि स्व-अनुभूतीचा कोणत्याही प्रयत्नाशिवाय, विनासायास प्रसार करू लागले. दक्षिणेश्वरला दर्शनासाठी येणाऱ्या कोणत्याही धर्माच्या-पंथाच्या लोकांशी ते निरागस बालकाप्रमाणे संवाद साधत असत. त्यांनी मुस्लीम आणि इसाई धर्मांचेही ज्ञान प्राप्त केले होते.

रामकृष्ण परमहंस हृदयस्थ होऊन भावावस्थेतच आपले जीवन व्यतीत करत होते. ते जेव्हा कुठे बसत अथवा भजन आदी श्रवण करत, तेव्हा लगेचच त्यांची भावसमाधी लागत असे. ते मार्गस्थ असताना त्यांनी सत्याविषयी कुणी बोलत असलेले ऐकले किंवा कुणी त्यांना 'जय माताजी' अथवा 'जय श्रीराम' अशी साद घातली, तरी त्यांची समाधी लागत असे. त्यांचे अवघे जीवनच केंद्रावर केंद्रित झालेले होते. त्यांना आपल्या जीविताचा उद्देशही ठाऊक होता. त्यामुळेच ते आपल्या संपूर्ण जीवनात कालीमातेची भक्ती आणि सेवा करू शकले.

संसारात राहून नित्यकर्म करत असतानाही मानवाला सहजतेने भक्तिसाधना करता यावी यासाठी रामकृष्ण परमहंसांनी प्रापंचिक लोकांकरिता हे भक्तिसूत्र सांगितले, 'तुम्ही तुमचा एक हात ईश्वराच्या हातात देऊन दुसऱ्या हाताने नित्यकर्म करत राहा. दिवसाच्या शेवटी जेव्हा तुमची सर्व कामं संपतील, तेव्हा तुम्ही तुमचा दुसरा हातही त्याच्या ताब्यात द्या.' भक्तीच्या या सूत्राला आपण आपल्या जीवनाचे ध्येय बनवले, तर त्यात संसाराचा, लग्नाचा, मुला-बाळांचा, कार्यालयाचा वा उपजीविकेचा, यांपैकी कशाचाही अडसर भासणार नाही. मग मायेशी संबंधित कोणतीही गोष्ट तुम्हांला भक्ती करण्यापासून अडवू शकणार नाही.

रामकृष्ण परमहंसांच्या उपदेशपर गोष्टींत जगरहाटीची, लोकव्यवहाराची कधीही भेसळ होत नसे. ते जे काही बोलत असत, ते शब्द थेट त्यांच्या अंत:करणातून निघालेले असत. जीवनाच्या अंतिम घटकेपर्यंत ते लोकांना कधी हलक्याफुलक्या शब्दांत, तर

कधी धीरगंभीरतेने मार्गदर्शन करत असत; जेणेकरून लोकांना ईश्वराचा अथवा सत्याचा शोध कसा घेता येईल, त्यांच्यात भक्तिभाव कसा जागृत होईल, हे समजावे. ते नेहमी विश्वास, ज्ञान, कर्म, आनंद यांकडे इशारा करत असत.

प्रस्तुत पुस्तकात श्री रामकृष्ण परमहंसांच्या आयुष्यातील काही प्रेरक प्रसंग, त्यांची निष्कपट भक्ती आणि शिकवण यांचे वर्णन करण्याचा प्रयत्न केला आहे. रामकृष्ण परमहंसांच्या जीवनचरित्राबाबत जाणून घेतल्याने, एक जीवन महाजीवन कसे बनू शकते आणि त्याच्या संपर्कात येणारे लोक कोणती चेतना प्राप्त करतात, हे आपल्याला समजू शकेल. रामकृष्ण परमहंसांचे हे जीवनचरित्र वाचून आपणही भक्तीचे भक्त बनावे, हीच शुभेच्छा!

- सरश्री

खंड १

गदाधरची निरागस भक्ती

१

बालपणीची पहिली प्रार्थना

बंगालच्या हुबळी जिल्ह्यातील एक छोटेसे गाव कामारपुकुर इथे राहणारे खुदीराम आणि चंद्रमणी या दाम्पत्याची जोडी ही प्रभू रामचंद्रांच्या कृपाशीर्वादानेच जमलेली होती. ते दोघेही प्रभू रामचंद्रांचे निस्सीम भक्त होते. ईश्वराप्रति असलेली त्यांची भक्ती ही केवळ त्यांच्या शब्दांतूनच नव्हे, तर त्यांच्या प्रत्येक कृतीतून व्यक्त होत असे. चंद्रमणी रात्रीच्या वेळीसुद्धा आपल्या परिसरात एक फेरफटका मारत असत. आपल्या शेजारी कोणी भुकेला तर नाही ना; सर्वांना भोजन मिळाले की नाही, कोणी उपाशी आहे का, या सर्व गोष्टींची त्या जातीने खातरी करत. एखाद्या मनुष्याला जर हे पडताळण्याची जबाबदारी दिली, की तुझ्या शेजारीपाजारी सर्वांना पोटभर भोजन मिळत आहे की नाही, हे बघ. तर, अशा मनुष्याचे मन सत्यप्राप्तीसाठी बाध्य बनणार नाही. किंबहुना अधिकतर लोक केवळ ईश्वर (अनुभव, प्रेम) आहे की नाही, या साशंकतेतच ईश्वराला (प्रेमाला) हरवून बसतात.

सर्वसाधारणत: एक गृहिणी केवळ आपल्या कुटुंबीयांच्या पोट भरण्यापुरताच मर्यादित विचार करते. परंतु चंद्रमणीला मात्र तिच्या परिवारासोबतच शेजारपाजारच्या लोकांच्याही उदरनिर्वाहाची चिंता सतावत असे. सर्वांचा विचार करणे हाच तिचा स्थायीभाव होता, स्वभाव होता.

चंद्रमणी आणि खुदीराम या दाम्पत्याला रामेश्वर व रामकुमार ही दोन मुले आणि

कात्यायनी नावाची एक मुलगी होती. त्यानंतर १७ फेब्रुवारी १८३६ रोजी चंद्रमणीने आपल्या चौथ्या अपत्यास जन्म दिला, त्याचे नामकरण 'गदाधर' असे करण्यात आले. भगवान श्रीविष्णू यांनाही गदाधर या नावाने संबोधले जाते. खरे तर गदाधरचा जन्म एका विशिष्ट उद्देशाने झाला होता. एक दिवस मोठे होऊन हे बालक भक्तीला एक नवा आयाम देणार आहे, हे त्या वेळी कोणालाही ठाऊक नव्हते. त्यामुळे जगासमोर एक नवा पैलू उलगडणार आहे. निराकाराचा अनुभव प्राप्त झाल्यानंतर गदाधर यांना त्यांचे गुरू तोतापुरी महाराज यांनी 'रामकृष्ण परमहंस' हे नाव बहाल केले. भगवान श्रीविष्णूंचे सर्वाधिक मोठे अवतार श्रीराम आणि श्रीकृष्ण हेच होते.

त्यांच्या घराण्यात पूर्वापार रघुवीर कुलाचे म्हणजे प्रभू श्रीरामचंद्रांची पूजा होत असे. त्यांचा परिवार हा रामनामाचा परिवार होता. कारण, त्यांच्या प्रत्येक नातेवाइकाच्या नावात 'राम' हा शब्द जोडलेला होता. उदाहरणार्थ, त्यांच्या –

आजोबांचे नाव	-	माणिकराम
वडिलांचे नाव	-	खुदीराम
मोठ्या भावाचे नाव	-	रामेश्वर
सर्वात मोठ्या भावाचे नाव	-	रामकुमार
भाच्याचे नाव	-	हृदयराम
सासऱ्यांचे नाव	-	रामचंद्र

गदाधरांनाही त्यांच्या गुरूंनी असेच नाव बहाल केले, ज्यात प्रभू श्रीरामांचे नाव समाविष्ट होते. अशा प्रकारे त्यांच्या घराण्यात 'राम नाम सत्य'ची माला पूर्वापार जपली जात होती. त्यांच्या चहुबाजूंना रामच राम होते. त्यांच्या आईचे नाव होते चंद्रमणी. रामकृष्ण परमहंसांच्या भक्तांच्या म्हणण्यानुसार, गदाधरच्या जन्माआधी खुदीराम आणि चंद्रमणी यांना काही अलौकिक घटना जाणवत असत.

चंद्रमणी यांनी एकदा स्वप्नात पाहिले, की खुदीराम हे एका प्रकाशपुंजाच्या रूपात येऊन त्यांच्या बिछान्यात झोपले. या घटनेने तर चंद्रमणी क्षणभर घाबरल्या होत्या, परंतु त्याचबरोबर या स्वप्नातून काय अर्थ निघू शकतो, याबाबत त्यांना नवलही वाटत होते. त्यानंतर जेव्हा त्या गर्भवती झाल्या, तेव्हा त्यांना जाणवले, की ते स्वप्न म्हणजे पृथ्वीतलावर त्यांच्या पुत्रजन्माचा तो एक ईश्वरी संकेतच होता.

गदाधरांचे पिता खुदीराम (स्वतःच राम– खुद ही राम) हे प्रभू रामचंद्रांचे निस्सीम भक्त होते. असे म्हणतात, की गदाधरच्या जन्माआधी, काही महिन्यांपूर्वी त्यांना एकदा प्रभू श्रीरामांचे दर्शनदेखील झाले होते आणि एक दिव्य आवाज ऐकू आला, 'आजवर

तू माझी खूप सेवा केली आहेस. आता मी तुझ्या घरात, तुझ्या मुलाच्या रूपात अवतरून तुझी खूप सेवा करणार आहे.'

ईश्वर स्वत: अवतरून एका मानवाची सेवा करणार! ही खरे तर आश्चर्याचीच बाब होती. परंतु यामागे एक रहस्य दडलेले होते. जेव्हा कोणी सेवाकार्य करत असेल आणि त्या सेवाकार्यातून त्या शरीरातून अहंरूपी सेवक विलीन होत असेल, तर तिथे केवळ ईश्वराचे अस्तित्वच शिल्लक राहते. सेवा करत असताना जेव्हा सेवकाचा अहंभाव विलीन होतो, तेव्हा ती सेवा नि:स्वार्थ सेवा ठरते. मग अशा निष्काम भावनेने केलेल्या सेवेतून ईश्वराच्या अस्तित्वाची जाणीवही होत राहते. म्हणूनच म्हणतात, 'लहान बालकात ईश्वराचा अंश असतो.' लहान मुले आपले प्रत्येक कर्म हे नि:स्वार्थ भावनेने करत असतात, त्यांच्यात कोणताही अहंभाव नसतो. त्यांची प्रत्येक क्रिया ही अगदी सहजतेने घडते. मुलांद्वारे झालेली प्रार्थनाही अगदी सहजपणे प्रकटते आणि त्यांची ती प्रार्थना पूर्णही होत असते.

पहिली प्रार्थना

गदाधर सहा वर्षांचे होते, तेव्हा त्यांची आत्या काही दिवसांसाठी माहेरी, कामारपुकूरला आली होती. त्या वेळी त्यांच्या घरी भजन-कीर्तनाचा कार्यक्रम चालत असल्याने त्यांची आत्याही सहभागी होत असे. एकदा कीर्तन रंगात आलेले असतानाच मध्येच त्यांची आत्या उठून उभी राहिली आणि वेगाने विचित्र हातवारे करत घुमू लागली. हे दृश्य पाहून छोट्या गदाधरला खूप आश्चर्य वाटले. त्याने आपल्या आईला विचारले, 'आई, आपल्या आत्याला काय झालंय, ती असे हातपाय का हलवत आहे?' त्यावर आई म्हणाली, 'बाळा, त्यांच्या अंगात माता संचारलीय, तिच्यात आईचं वारं आलंय.' हे उत्तर ऐकून गदाधरच्या मनातून पहिल्यांदा प्रार्थना उमटली. त्यांनी आपल्या आईला विचारले, 'आई, माझ्या अंगात माता केव्हा संचारेल? ती माझ्यावर केव्हा स्वार होईल?'

लहान बालकांच्या मनात कधीही कपट-भावना नसतात. शिवाय, अशी प्रार्थना चांगली की वाईट याचीही त्यांना जाण नसते. खरे तर गदाधरच्या अंतरात्म्यातून निघालेल्या प्रार्थनेचा आशय असा होता, 'मला हे जे शरीर लाभले आहे, त्याचा मातेने सदुपयोग करावा.' त्या वेळी अशा रीतीने प्रकट झालेले विचार, हे भविष्यात घडणाऱ्या घटनांची नांदीच होते, हे कोणालाच माहीत नव्हते. जेव्हा कधी आपल्यामध्ये भक्ती वाढण्याचे आणि पृथ्वीलक्ष्य प्राप्त करण्याचे विचार बळावतात, शुभ इच्छा जागृत होते, तेव्हा त्यांना एक प्रकारचा शुभ संकेतच समजायला हवे.

श्री रामकृष्ण परमहंसांद्वारे केल्या गेलेल्या कित्येक प्रार्थनांमुळेच भविष्यात अशा लोकांचा संपर्क जडला, जे त्यांच्यातील भक्तिभाव समजू शकत होते. अशा सज्जनांचा सहवास लाभणे हीदेखील एक प्रकारे खूप मोठी ईश्वरी कृपाच असते. प्रत्येक मनुष्याने आपल्या जीवनात, 'आम्हांला आध्यात्मिक ध्येय प्राप्त करता यावे म्हणून आमच्या जीवनात अशा लोकांचा सत्संग लाभावा, जे आम्हांला समजू शकतील आणि आध्यात्मिक मार्गावरील वाटचालीत आम्हांला सहकार्यदेखील करू शकतील,' अशी प्रार्थना करायला हवी. मग तुमच्या जीवनातदेखील असे लोक तुम्हांला लाभू शकतील, केवळ त्याकरिता तुम्ही प्रामाणिकपणे, तळमळीने योग्य प्रार्थना मात्र करायला हवी.

■

२

समाधीचा पहिला अनुभव

एके दिवशी गदाधर आपल्या काही मित्रांसह शेतांमध्ये खेळण्यासाठी गेले होते. ते दिवसभर आपल्या मित्रांसह खेळण्यात मग्न असत. खेळ संपल्यानंतर गदाधर आपल्याजवळील भात खात-खात शेतांतून चालले असताना अचानकच वातावरण बदलू लागले. तेवढ्यात त्यांची नजर आकाशाकडे गेली. त्या वेळी आकाशात काळे ढग दाटू लागले होते. असंख्य पांढरेशुभ्र बगळे एका ओळीत उडत चालले होते.

अशा प्रकारचे दृश्य पाहून कधी कोणाचे भान हरपू शकते का? नाही; परंतु लहानग्या गदाधराबाबत मात्र असेच काहीसे घडले. हे दृश्य पाहून त्यांना इतके आश्चर्य वाटले, की त्यांचे भान हरपून ते धाडकन जमिनीवरच पडले.

शरीर एक आश्चर्य

आपल्या दैनंदिन आयुष्यात आपणही अशी कित्येक दृश्ये पाहतो. परंतु आपल्या मनात त्या वेळी विचारांचे काहूर माजलेले असल्याने विचारांशी आपला ताळमेळ नसतो, त्यामुळे अशी दृश्ये पाहूनही आपल्याला विशेष आश्चर्य वाटत नाही. परंतु लहानग्या गदाधरने जेव्हा ते दृश्य पाहिले तेव्हा त्याला असे वाटले, जणू कोणी जादूगार आपली जादूच दाखवत आहे.

जादूगाराची जादू पाहून लोकांच्या तोंडातून उत्स्फूर्तपणे आश्चर्याचे उद्गार निघतात. कारण त्या वेळी त्यांना अशी काही दृश्ये दिसत असतात, ज्यांची त्यांनी कधी कल्पनाही

केलेली नसते. मात्र, आपल्यासमोर यापेक्षाही शतपटीने, हजारपटीने जास्त नवलाईचे दृश्य प्रकटले, तर अशा स्थितीत आपले काय होऊ शकते, याची आता कल्पना करू शकता. याचाच अर्थ, शरीर जेव्हा कोणतेही दृश्य पाहून होणारे आश्चर्य सहन करू शकत नाही, त्या वेळी ते स्थित्यंतराच्या (ट्रान्सफॉर्मेशनच्या) अवस्थेत जाते.

मानवी शरीरदेखील कोणत्याही आश्चर्याहून कमी नाही. शिवाय, अशा आश्चर्याची निर्मिती निसर्गाने केवळ पृथ्वीवरच केली आहे. अशा आश्चर्याचा शोध आजवर इतर कोणत्याही ग्रहावर लागलेला नाही. कारण मानवी शरीरात अशी काही व्यवस्था केली गेली आहे, ज्यायोगे एका विशिष्ट पातळीवर गेल्यानंतर त्यात रूपांतरण होऊ शकेल. शिवाय, अशी नवलाईची व्यवस्था अन्य कोणत्याही सजीवांमध्ये आढळत नाही.

जसे, जेव्हा एखाद्या मनुष्याला शारीरिक पातळीवर असहनीय यातना दिल्या जातात, तेव्हा ते शरीर सहनशक्तीची परिसीमा गाठेपर्यंत त्या यातना सहन करत राहते. त्यानंतर मात्र ते बेशुद्धावस्थेत जाते. म्हणजेच त्या शरीराचे रूपांतरण होते. मानवी शरीर हे एखाद्या यंत्राप्रमाणेच आहे, ज्याला मेंदूकडून संकेत (सिग्नल) प्राप्त होतात. मनुष्याची सहनशक्ती संपल्यावर मात्र सुरक्षेसाठी मेंदूकडून त्याला बेशुद्ध होण्याचे संकेत दिले जातात.

अशाच प्रकारे आश्चर्याचीदेखील एक पातळी ठरलेली असते. आश्चर्य जेव्हा शरीराच्या सहनशक्तीपेक्षा कित्येक पटीने अधिक असते, तेव्हा त्याला समाधीची अवस्था प्राप्त होते. रामकृष्ण परमहंस यांनासुद्धा लहानपणी आकाशाकडे पाहताना अशाच अवस्थेचा अनुभव प्राप्त झाला.

ते दृश्य पाहून गदाधरला पहिल्यांदाच समाधीचा अनुभव मिळाला. बाह्यजगतापासून चेतनाहीन होऊन ते जमिनीवर बेशुद्धावस्थेत पडले. त्यांच्या मित्रांनी तशा स्थितीतच त्यांना उचलून त्यांच्या घरी नेले. त्यांच्या तोंडावर पाण्याचे सपकारे मारून त्यांना शुद्धीवर आणून विचारले, 'गदाधर, तू असा अचानक बेशुद्ध कसा झालास?' गदाधर उत्तरले, 'मला माहीत नाही, अचानक काय घडले ते.'

पुढे मोठे झाल्यानंतर श्री रामकृष्ण यांनी आपल्या जीवनचरित्रात या समाधिवस्थेच्या पहिल्या अनुभवाबाबत असा खुलासा केला, 'निसर्गाची ती किमया पाहून मला खूप आश्चर्य वाटले. काही वेळापूर्वी आकाश अगदी स्वच्छ, निरभ्र होते. आम्ही सर्व सवंगडी खेळत होतो; परंतु अकस्मात आकाशात काळे ढग दाटून आले आणि त्यानंतर प्रकृतीमातेने जो अनोखा खेळ दाखवला, त्याने मला खूप आश्चर्य वाटले आणि माझे देहभानच हरपले.'

रामकृष्ण परमहंसांच्या आयुष्यातील समाधिवस्थेची ही पहिली घटना वाचून

आपल्याला वाटेल, या घटनेत असे काय विशेष होते, ज्यामुळे एखाद्याला समाधीचा अनुभव प्राप्त होऊ शकेल? माणसाचे मन नेहमी अशाच पद्धतीने विचार करते; परंतु इथे मुख्य गोष्ट ही लहानग्या गदाधरमध्ये असलेल्या भोळ्या भक्तिभावाची होती. त्या वेळी त्याच्यावर जो कृपेचा वर्षाव झाला, तो स्वीकारण्यासाठी गदाधरमध्ये भरपूर ग्रहणशीलता होती. गदाधरने त्या कृपेचा जसाच्या तसा स्वीकार केला. अन्यथा मनुष्यामध्ये अहंभावाची भावना इतकी गडद असते, की त्याच्यावर कृपेचा कितीही वर्षाव झाला, तरी तो कोरडाच राहतो. ती कृपा तो स्वीकारू शकत नाही. शिवाय, त्याने स्वीकार केला, तरी त्याच्या अंतरंगातील अहंकाराच्या काजळीमुळे त्या कृपेचा रंगच बदलून गेलेला असतो.

अनुभवाचेच नाव कालीमाता

मनुष्यावर अशा कृपेचा वर्षाव होण्यासाठी, आधी त्याच्यामध्ये पर्याप्त ग्रहणशक्ती असायला हवी. पहिल्या समाधिवस्थेचा अनुभव घेतल्यानंतर गदाधर प्रकृतिमातेचे प्रेमी बनले, त्या प्रकृतिमातेलाच त्यांनी कालीमातेचे नाव दिले.

ग्रहणशक्तीच्या अभावामुळे लोक ईश्वराला त्याच्या सगुण साकार रूपाशिवाय जाणून घेऊ शकत नाहीत. शिवाय, ते साकार स्वरूपही त्यांना असेच हवे असते, जे त्यांच्या कल्पनांच्या चौकटीत बरोबर बसेल. आजपर्यंत ज्या-ज्या महापुरुषांना आपल्या आत्मस्वरूपाचा साक्षात्कार झाला, त्यांनी त्याला स्वानुभव, चैतन्य असे नाव दिले आहे. सर्वसाधारणत: हे एक असे नाव असते, जे लोककल्याणाकरिता अधिकाधिक उपयुक्त ठरेल.

रामकृष्ण परमहंसांनी आपल्या अनुभवाला कालीमातेचे नाव दिले, कारण त्या वेळी बंगालमध्ये सर्वत्र कालीमातेची पूजा होत असे आणि आजही होते. पण त्यांना ठाऊक होते की, लोकांना तर असे प्रचलित शब्द अथवा नावेच अधिक आवडतात, जी त्यांना सहज सुलभ वाटतात. कालीमातेचे सगुण साकार स्वरूप पाहून लोक या अनुभवाचे जतन करू शकतील, ज्यायोगे त्यांना भक्तिसाधनेची संधी प्राप्त होऊ शकेल. भक्तीचा अर्थच असा आहे की, जिथे भक्त प्रशंसा आणि आश्चर्य करतो आणि समाधिवस्थेत जातो. श्रीरामकृष्ण परमहंस सर्वांनाच हा अनुभव देऊ इच्छित होते, त्यामुळे त्यांनी आयुष्यभर लोकांना भक्तीचे भक्त होण्यासाठी मार्गदर्शन केले.

■

३

गदाधरची निरागस भक्ती

प्रत्येक मनुष्याला आपल्या आयुष्यात प्रिय व्यक्तींच्या मृत्यूचे दु:ख भोगावेच लागते. काही प्रियजनांच्या मृत्यूच्या घटना लोकांचे डोळे उघडण्याचे कामही करतात. साधारणपणे सुरुवातीला अशा घटनेमुळे प्रत्येक जण दु:खीकष्टीच होत असतो. पण काही लोक अशा घटनेनंतर काही नवा, वेगळा विचार करू लागतात आणि शेवटी आपल्या जीवनात सकारात्मक बदल घडवतात.

गदाधरचे वय तेव्हा केवळ सात वर्षांचे होते, जेव्हा त्यांच्या वडिलांना मृत्यू प्राप्त झाला. या घटनेने त्यांचे डोळे उघडण्याचे काम केले, ज्यामुळे ते काही नवा विचार करण्यास सक्षम होऊ शकले. त्यांना समाधीचा अनुभव मिळाल्याने त्यांचे हृदय खुले झाले होते आणि आता वडिलांच्या मृत्यूनंतर तर त्यांच्यात नवनवे विचार येऊ लागले होते. खरे तर तेव्हाही ते आपल्या माता-पित्यांकडून लाभलेल्या संस्कारांनुसारच आपले जीवन व्यतीत करत होते.

वडिलांच्या मृत्यूनंतर त्यांच्यावर सर्वाधिक प्रभाव त्यांच्या आईचा होता. त्यांच्या हृदयात आपल्या आईबद्दल विलक्षण स्नेहभाव होता आणि तिला कोणत्याही कारणाने दु:ख होऊ नये याची ते नेहमी दक्षता घेत असत. त्यासाठीच कधीही ते आपल्या आईसमोर त्यांचे दु:ख व्यक्त करत नसत. गदाधरना नेहमी जाणवायचे, 'जेव्हा आपण आपल्या आईसोबत असतो, तेव्हा तिला वडिलांच्या आठवणी फारश्या येत नाहीत,

त्या वेळी ती दु:खी होत नाही, उलट आनंदी राहण्याचाच प्रयत्न करते; परंतु जेव्हा मी आईपासून दूर असतो, त्या वेळी ती खूप दु:खी, उदास असते.' आईच्या या दु:खाची जाणीव झाल्यानेच गदाधर आपला अधिकांश वेळ तिच्या सान्निध्यातच घालवू लागले.

लहानपणी गदाधर शिक्षणातही उत्तम होते. त्यांना कविता, गद्य, कथा आणि भाषाज्ञान यांसारखे कलेचे विषय खूप आवडत असत. परंतु गणित हा विषय मात्र खूप कठीण वाटत असे, त्यामुळेच त्यांना शाळेत जायला आवडत नसे. कारण त्यांना माहीत होते, शाळेत गेले तर सर्वच विषयांचा अभ्यास करावा लागेल, मग ते विषय आवडत असोत अथवा नसोत. आपल्या आईच्या सहवासात अधिक वेळ व्यतीत होत असल्याने ते पूजा-अर्चाही करू लागले होते. त्यामुळे त्यांच्या आयुष्याला एक नवीनच वळण मिळाले. कालीमातेची मूर्ती साकारून तिची पूजा-अर्चा करणे त्यांना खूपच आवडत असे. वडीलबंधू जेव्हा त्यांना अभ्यासाकडे लक्ष देण्यासाठी बजावत असत, तेव्हा त्यांचे उत्तर ठरलेले असे, 'मला भाजी-भाकरी मिळवण्यापुरतं शिक्षण घ्यायचं नाही; तर ज्ञान आणि भक्ती यांचं शिक्षणदेखील घ्यायचं आहे.' इतक्या लहान वयातही, जसे जीवन ते जगू इच्छित होते, अजाणतेपणीही तसेच शब्द त्यांच्या तोंडून निघत होते.

गदाधरला एक उत्तम कुटुंब आणि पोषक वातावरण मिळाले होते. आईकडून मिळालेल्या सुसंस्कारांमुळेच ते आपल्या जीवनात उत्तमोत्तम गोष्टींकडे आकर्षिले जात होते. पूजा-पठणाशिवाय त्यांची माता त्यांना आपल्यासोबत सत्संग-प्रवचनांनाही घेऊन जात असे. तिथे त्यांना एका संन्याशाचे माहात्म्य श्रवण करण्याची संधी लाभली. एकदा सत्संगात सांगत होते, 'संन्यासी त्यांनाच म्हटलं जातं, जे मायेच्या अशाश्वत अनुभवांचा त्याग करून, नित्य म्हणजेच शाश्वत-स्थिर अनुभव प्राप्त करण्याकरिता प्रयत्नरत असतात.' हे ऐकताच गदाधरच्या हृदयातूनही अशी प्रार्थना उमटू लागली, 'मलाही असंच जीवन मिळावं, मलाही नित्य (स्थायी) अनुभव मिळायला हवा.'

नित्य अनुभव म्हणजे असा अनुभव जो सतत चालू असतो, नित्य निरंतर अनुभूत होत राहतो. अशा नित्य अनुभवाची सदिच्छाच गदाधरला भविष्यात भक्तीच्या शिखरावर घेऊन गेली. हा अनुभव प्राप्त करण्यासाठी त्यांनी कित्येक प्रकारचे साधनामार्ग अवलंबून पाहिले. ते आपल्या जीवनात परमसंतुष्टी प्राप्त करू इच्छित होते. त्याकरिता ते सत्संगांत संन्यासी आणि संन्यस्त जीवनाचा महिमा खूप लक्षपूर्वक ऐकत असत.

संन्यस्त जीवनदर्शन

गदाधरच्या गावामध्ये वरचेवर साधू-संन्याशांची वर्दळ असे. गदाधरना मोक्षमार्गाचा महिमा आता उत्तम प्रकारे समजलेला होता. त्यामुळे ते आता सगळ्या संन्याशांचे

बारकाईने निरीक्षण करायचे. शिवाय, ते त्यांची सेवाही करत असत. तसे पाहिले तर त्यांनी यापूर्वीही कित्येक साधू-संन्याशी पाहिले होते; परंतु त्यांच्याकडे पाहण्याचा दृष्टिकोण आता बदललेला होता. ते संन्याशांना पाहून विचार करत, 'यांच्यात असं काय आहे, जे मला प्राप्त करायचं आहे.' संन्याशांच्या सहवासात राहून ते ही गोष्ट समजून घ्यायचा प्रयत्न करत, संन्यासी लोक कशा प्रकारचे वर्तन करतात, त्यांचा दिनक्रम कसा आहे, ते काय खातात-पितात, कशा पद्धतीने बोलतात, कशी साधना करतात... वगैरे वगैरे. संन्याशांनाही गदाधरच्या उपस्थितीचा काहीही उपद्रव होत नसल्याने तेही त्यांना आपल्या सहवासात राहू देत असत. कधी-कधी तर ते संन्यासी लहानग्या गदाधरला आपली वस्त्रे नेसवून त्यालाही संन्याशांप्रमाणेच सजवत असत. त्यामुळे गदाधरही प्रसन्न होत असे.

एकदा एका संन्याशाचे लंगोट बांधून गदाधर आपल्या आईकडे आले आणि हसत तिला म्हणाले, 'आई बघ, संन्यासी लोकांनी मला कसं सजवलंय ते.' परंतु गदाधरला अशा वेषात पाहून ती माता प्रसन्न न होता घाबरूनच गेली. तिच्या मनात 'आपला मुलगा मोठा होऊन खरोखरच संन्यासी तर होणार नाही ना,' ही भीती दाटून आली. पण गदाधर त्या वेळी खूपच लहान असल्याने ते आपल्या आईची ही व्यथा-चिंता समजू शकले नाहीत.

शिवलीलेत समाधीचा अनुभव

एकदा गदाधरच्या गावात शिवलीलेचा कार्यक्रम आयोजित करण्यात आला होता. शिवलीलेचा हा कार्यक्रम अगदी रामलीलेप्रमाणेच साजरा होत असे; परंतु रंगमंगचावर जो कलाकार भगवान शंकरांची भूमिका साकारणार होता, तो अचानक आजारी पडला. त्यामुळे गदाधरला त्याचे मित्र म्हणाले, 'आज शिवजींची भूमिका तूच सादर कर.' परंतु त्यांनी लगेचच नकार दिला आणि म्हणाले, 'हे काम मला जमणार नाही.' पण मित्रांनी खूपच आग्रह केला. ते म्हणाले, 'तुला खूप काही करण्याची आवश्यकताच नाही. फक्त थोडेसे संवाद बोलायचे आणि शंकरांप्रमाणे डोळे मिटून रंगमंचावर बसून राहायचे आहे.' परंतु डोळे बंद करून बसल्यानंतर गदाधरबरोबर काय घडणार आहे, हे त्या मित्रांना माहीत नव्हते. त्यांनी कशीतरी समजूत घालून गदाधरला शिवजींच्या वेषभूषेत रंगमंचावर बसवले. नाटक सुरू झाले. एक कलाकार प्रवेश करून शिवजींची आराधना करू लागला. जसे त्या पात्राने प्रार्थनेचे शब्द उच्चारणे सुरू केले, तत्क्षणी गदाधरांची समाधी लागली. खरे तर आता त्यांना लगेच त्यांचे संवाद म्हणायचे होते; पण समाधिवस्थेत ते संवाद कसे बोलणार? त्यांच्या अंतरंगात तर 'कोहम-शिवोहम' म्हणजेच 'मी कोण आहे – मी शिव आहे'चा जप चालला होता. त्या वेळी ते समाधीत इतके मग्न झाले, की साक्षात शिवाचाच अनुभव घेऊ लागले.

भावसमाधीचा अनुभव

एके दिवशी कालीमातेच्या दरबारात भजन-कीर्तन चाललेले होते. गदाधरसुद्धा आपल्या आईसह तिथे आले होते. भजन ऐकता-ऐकता ते तल्लीन होऊन पूर्णपणे त्यातच हरवून गेले, म्हणजेच भावसमाधीत गेले. या आधी आकाशात काळे ढग आणि पांढरे पक्षी पाहताना त्यांना पहिल्यांदा आश्चर्य वाटून समाधीचा अनुभव आलेला होता. आता तर त्यांची भावसमाधी लागली होती. त्यात ते अशा प्रकारे हरवले, की महत्प्रयासाने सावध करून त्यांना घरी नेण्यात आले. त्यानंतर त्यांना या प्रकाराबद्दल विचारण्यात आले, तेव्हा ते याविषयी काहीही सांगू शकले नाहीत.

लहानग्या गदाधरला समाधीच्या या अनुभवांबद्दल काहीही सांगता येत नव्हते, कारण हे अनुभव त्यांना अचानकच लाभलेले होते. वस्तुतः मनुष्य आपले अनुभव तेव्हाच शब्दांत व्यक्त करू शकतो, जेव्हा तो अनुभव परिपूर्ण माहितीनंतर, समज प्राप्त झाल्यानंतर मिळालेला असतो. पूर्ण ज्ञानप्राप्तीनंतरच मनुष्य अशा अनुभवांचे वर्णन भजन वगैरे मार्गांनी व्यक्त करू शकतो. परंतु समाधीचा अनुभव हा असा पराकोटीचा असीम अनुभव असतो, जो शब्दांच्या मर्यादेत व्यक्त करणे अशक्यच असते. भजन आदी मार्गांनी केवळ त्याकडे संकेत करता येऊ शकतो. शिवाय, अशा भजनांनी भक्तीही वाढत असते.

अशा प्रकारे अत्यंत कमी वयातच गदाधरला असे अनुभव येत होते. जेव्हा कधी गदाधर रामायण अथवा महाभारत यासारख्या ग्रंथांचे वाचन-पारायण करत असे, किंवा भजने गात असे, तेव्हा आजूबाजूच्या महिला त्याच्यासमोर येऊन बसत. कारण गदाधरच्या तोंडून भजन ऐकणे त्यांना अतिशय आवडत असे. गदाधरलादेखील त्या सर्वांना भजन गाऊन दाखवणे खूप आवडत असे. किंबहुना त्यांच्यासाठी हे खूपच सहज सुलभ होते, कारण त्यांची भक्ती अत्यंत निरागस होती.

■

खंड २

भक्तीची सखोलता

४

कालीमातेचे खरे पुजारी

गदाधरचे मोठे बंधू रामकुमार आपल्या पत्नीच्या निधनानंतर कामारपुकूर गाव सोडून कोलकाता (पूर्वीचे कलकत्ता) शहरात येऊन राहिले. तिथे त्यांनी एक छोटीशी शाळा सुरू केली आणि ते संस्कृत हा विषय शिकवू लागले. शाळेत शिकवण्याचे काम केल्यानंतर त्यांच्याकडे जो काही थोडाफार वेळ उरत असे, त्यातही लोक त्यांना पुरोहित म्हणून आपल्या घरीच पूजाकार्य करण्यासाठी बोलावत असत. तसे पाहिले तर शाळेमध्ये शिकण्याकरिता येणाऱ्या विद्यार्थ्यांची संख्या खूप नव्हती; परंतु लोकांच्या घरच्या पूजाअर्चा मात्र वाढू लागल्या होत्या. त्यामुळे आपल्याला या कार्यात मदत व्हावी म्हणून त्यांनी आपला लहान भाऊ गदाधरलादेखील शहरात बोलावून घेतले. सोळा वर्षांच्या तरुण गदाधरांनी लोकांच्या घरी पूजाकार्य करण्याची तयारी तर दाखवली; पण शाळेत जाऊन मुलांना शिकवण्याचे मात्र त्यांनी नाकारले. रामकुमारांनी त्यांना समजावण्याचा खूप प्रयत्न केला; परंतु त्यांनी त्यांची नकारघंटा काही सोडली नाही.

याच दरम्यान मासेमारी करणाऱ्या कोळी जमातीतील एका सधन महिलेने– राणी रासमणीने कोलकाता शहरापासून अंदाजे चार मैल दूर अंतरावर, गंगा नदीच्या पूर्व तटावर दक्षिणेश्वर येथे कालीमातेचे एक भव्य मंदिर उभारले. या मंदिरात नित्य पूजाअर्चा करण्यासाठी त्यांना एका ब्राह्मण पुरोहिताची आवश्यकता होती. परंतु राणी रासमणी ही स्वत: कोळी जातीची असल्याने तिने बांधलेल्या या मंदिरात मूर्ती प्रतिष्ठापना आणि

पूजाविधी करण्यास कोणताही ब्राह्मण तयार होत नव्हता.

राणी रासमणीला लवकरच हे कळून चुकले की, जरी आपण येनकेन प्रकारे एखाद्या ब्राह्मणाच्या हस्ते इथे मूर्तींची प्रतिष्ठापना आणि पूजा केली, तरी ब्राह्मण समाज काही या मंदिरात येणार नाही. वास्तवात कोणत्याही मंदिराच्या उभारणीमागे, भाविकांनी देवदर्शनासाठी यावे, काही सद्‌विचारांचा प्रसार व्हावा आणि समाजात एकसंधता वाढून सर्वांचे कल्याण व्हावे, हाच मुख्य हेतू असतो. परंतु, लोक अज्ञान आणि अहंकार यांच्या बाधेने अशा शुद्ध धर्मकार्यातदेखील जातीपातीसारख्या गौण मुद्द्यांवरून बाधा निर्माण करून भांडत राहतात. शिवाय, मंदिर-उभारणीनंतर प्रारंभीच असे घडले, तर ते अशुभ मानले जाते. त्यामुळे रामकुमार आणि राणी रासमणीचे जावई माथुरनाथ यांनी मिळून एकत्रितपणे असा तोडगा काढला, की राणीने हे मंदिर आपल्या गुरूंना दान करावे. असे केले तरच लोक इथे येण्यास तयार होतील. कारण अशा स्थितीत ते मंदिर कोणत्याही कोळी जातीच्या राणीचे मंदिर नसेल, तर ते तिच्या गुरूंचे मंदिर असेल. गुरूंबाबत तर जातीपातीचा प्रश्नच उद्‌भवत नाही. त्यांच्याकरिता जातीचे महत्त्व नसते, ते सर्वांचे असतात आणि प्रत्येकाला ज्ञानदानाचे कार्य करत असतात. हळूहळू ही गोष्ट लोकांच्या पचनी पडेल. राणी रासमणीच्या गुरुदेवांनी त्या मंदिराचे दान स्वीकारले. कारण त्यांना माहीत होते, की भविष्यात या मंदिराच्या माध्यमातून विश्वकल्याणाचे कार्य होणार आहे.

कोणत्याही मंदिराच्या सुरुवातीला, या मंदिराद्वारे कोणते असे महान कार्य घडणार आहे, हे लोकांना कळत नाही. गंगा नदीच्या किनाऱ्यावर बांधलेल्या या भव्य मंदिराच्या निर्माणकार्यामागेही असाच उद्देश होता. या मंदिराद्वारे असे काही घडावे, जे या जगाचा कायापालट करू शकेल; आणि शेवटी घडलेही असेच. नरेंद्र नावाचा एक मुलगा या मंदिरात आला आणि त्याने रामकृष्ण परमहंसांचे शिष्यत्व स्वीकारले. त्यानंतर त्याने स्वामी विवेकानंद या नावाने प्रसिद्धी मिळवून संपूर्ण विश्वात भारताचे नाव झळकावले.

जसे, कंसाच्या पापकर्मांने जमिनीला भेगा पडू लागल्या, लोक त्राही भगवन् झाले, तेव्हा कारागृहात भगवान श्रीकृष्णांनी अवतार घेतला. खरे तर ते लोकांना कंसाच्या अत्याचारांपासून मुक्ती देण्यासाठी अवतरले होते. कारण, जेव्हा ज्या गोष्टीची आवश्यकता असते, तेव्हा ती गोष्ट घडतेच. त्यामुळे जेव्हा एखाद्या शुभकार्यात बाधा निर्माण होते, तेव्हा त्या अडचणीवर मात करून ते शुभकार्य संपन्न करायलाच हवे. कारण अशा कार्याने जे काही शुभ घडेल, ते अत्यंत परिणामकारक असेल. कालीमातेच्या या मंदिरामुळेसुद्धा अत्यंत लोकोपकारक असे कार्य घडणार होते.

रामकृष्ण परमहंसांचे वडीलबंधू रामकुमार यांनी त्या मंदिरातील नित्य पूजापाठाची जबाबदारी स्वीकारली. कालीमातेचे ते मंदिर अतिशय प्रशस्त होते. त्याच्याशेजारीच राधा-कृष्णाचेही एक मंदिर बांधलेले होते. इतक्या मोठ्या मंदिरातील नित्य कामकाजासाठी रामकुमार यांना एका सहकाऱ्याची गरज भासू लागल्याने ते गदाधरची मदत घेऊ लागले.

रामकुमारांना वाटत होते, आपला लहान भाऊ गदाधर यानेही आता कुठेतरी स्थिर व्हायला हवे. त्यांना वाटायचे, गदाधर जर एखादे कायमस्वरूपी काम करू लागला, तर त्याच्या उपजीविकेची व्यवस्था होऊ शकेल. राणी रासमणीचे जावई, माथुरनाथ बिस्वास यांनाही गदाधरचे राहणीमान, त्यांची भाषा, बोलणे इत्यादी खूप आवडायचे. त्यामुळे ते रामकुमारांना म्हणाले, 'मंदिराचे पुजारी होण्यासाठी मी गदाधरला राजी करण्याचा प्रयत्न करतो.' परंतु रामकुमारांनी गदाधरकडे हा विषय काढला, तेव्हा सुरुवातीला ते यासाठी तयारच झाले नाहीत. कारण मूर्तीच्या अंगावरील दागिने सांभाळणे त्यांना खूप त्रासदायक वाटत होते. ते त्या दागिन्यांना स्पर्शही करू इच्छित नव्हते. ते आधीपासूनच मोहमायेसंबंधित सर्व वस्तूंपासून दूर राहणेच अधिक पसंत करत. मग रामकुमारांनीच या गोष्टीवर तोडगा काढला. त्यांनी आपला भाचा हृदयरामला बोलावून घेतले आणि त्याच्याकडे कालीमातेचे सर्व अलंकार सांभाळण्याची जबाबदारी सोपवली. त्यानंतरच गदाधर मंदिरात पूजाअर्चा करण्यास तयार झाले. अशा प्रकारे मर्यादा पुरुषोत्तम श्रीरामांची मर्यादा आणि भगवान श्रीकृष्णांच्या भक्तियोगाच्या संगमाने गदाधरची म्हणजेच श्री रामकृष्ण परमहंस यांची अभिव्यक्ती सुरू झाली.

■

५

खऱ्या पुजाऱ्याची पारख

दक्षिणेश्वरला कालीमातेच्या मंदिराशेजारी एक छोटेसे जंगल होते. रामकृष्ण दररोज तिथे जाऊन ध्यान-साधना करत असत. दुपारनंतर मंदिर काही वेळ बंद ठेवले जात असे, त्या वेळी रामकृष्ण आपले यज्ञोपवीत म्हणजे जानवे काढून शेजारी ठेवत आणि ध्यानस्थ होत असत. खरे तर त्यांचा जन्म एका उच्चवर्णीय ब्राह्मण कुळात झालेला होता. शरीरावर सतत जानवे धारण करणे, ही ब्राह्मण समाजाची एक महत्त्वपूर्ण ओळख मानली गेली आहे.

त्यांच्या भाच्याला ही गोष्ट समजताच त्यांनी रामकृष्णांना विचारले, 'तुम्ही आपलं जानवं उतरवून शेजारी का ठेवता बरं? जानवं ही तर ब्राह्मणत्वाची ओळख आहे. मग तुम्ही या निशाणीलाच तुमच्यापासून वेगळं का करत असता?' त्यावर रामकृष्ण उत्तरले, 'ज्या वेळी मी ध्यानस्थ बसलेला असतो, त्या वेळी मी इतर कोणाहूनही अधिक श्रेष्ठ, उच्च वगैरे नसतो. खरे तर कोणीही श्रेष्ठ-कनिष्ठ नसतो. सर्व जण एकाच पातळीवर समसमान असतात. त्यामुळे साधनेच्या वेळी ब्राह्मण जातीच्या श्रेष्ठतेचं एक प्रतीक समजलं जाणारं हे जानवं शरीरापासून दूर करून श्रेष्ठतेच्या भावनेतून मी स्वतःला मुक्त करत असतो.'

ही अठराव्या शतकातील गोष्ट आहे. तेव्हा लोकांमध्ये हे जातीपातीचे अवडंबर फारच माजलेले होते. लोक जातीच्या आधारावर स्वतःला इतरांहून श्रेष्ठ सिद्ध करण्यासाठी सतत खटाटोप करत असत. त्या वेळी लोक फुशारकीने, मी अमुकअमुक कुळातील आहे अथवा आम्ही अमुकअमुक जातीचे आहोत, असे म्हणत असत. भलेही उच्च

जातीच्या लोकांना बहुजन समाजातील इतर लोक मान-सन्मान देतात, त्यांच्याबद्दल आदर व्यक्त करतात. मात्र, त्यामुळे व्यक्तीमध्ये 'अहं'ची बाधा उत्पन्न होऊन असा मनुष्य भक्तीपासून दूर होतो. त्या काळी पूजापाठ करणाऱ्या पुरोहितांना, तसेच देववाणी समजली जाणारी 'संस्कृत' भाषा शिकवणाऱ्यांनाही अतिशय श्रेष्ठ समजले जात असे. पण, हा सर्व उपद्व्याप करूनसुद्धा जर एखाद्या मनुष्याला भक्तिभावाची जाणीवच झाली नाही, तर तो आपल्या श्रेष्ठतेच्या खोट्या अहंकारापासून कधीही मुक्त होऊ शकत नाही.

त्या वेळी गदाधर सत्याच्या मार्गावर पुढे-पुढेच मार्गक्रमण करत होते आणि जातीपातीच्या भ्रामक संकल्पना पार करून उच्चस्थानी पोहोचले होते. ते नित्य-निरंतर, चिंतन-मनन करत होते आणि नवनवीन गोष्टी शिकत होते. ते श्रेष्ठतेच्या भावनेतून मुक्त होऊ शकले. कारण, त्यांना भक्तीची सखोलता आणि तिची महता समजू लागली होती. ते मंदिरात येणाऱ्या सर्व भाविकांकडे समदृष्टीने पाहत आणि त्या सर्वांशी त्यांचा व्यवहार एकसारखाच असे.

मंदिरात गदाधरांना नियुक्त केल्यानंतर जेव्हा राणी रासमणीला माथुरनाथ यांच्याकडून, मंदिरात नित्य पूजाविधी करण्यासाठी एक उत्तम पुजारी मिळाल्याचे समजले, तेव्हा त्या स्वतःही मंदिरात पूजा करण्यासाठी आल्या. परंतु पूजेच्या व आरतीच्या सिद्धतेची तयारी सुरू असतानाच अचानक गदाधर राणीला दरडावून म्हणाले, 'मंदिरातसुद्धा हाच विचार करायला आली आहेस का?' एक साधारण पुजारी राणीला दरडावत असलेले पाहून राणीचे सेवक तत्काळ गदाधरला मारण्यासाठी पुढे सरसावले; परंतु राणीने त्या सर्वांना अडवले. कारण, ती खूपच समंजस होती. राणी खरी लोकसेवक होती. जनसामान्यांची सेवा करत असल्याने खूप मोठमोठ्या उच्चपदस्थ लोकांमध्ये तिचा वावर असायचा. याव्यतिरिक्त सर्वसामान्यांच्या कल्याणासाठी आणि त्यांच्या हक्कप्राप्तीसाठी काही इंग्रज अधिकाऱ्यांविरुद्ध तिने न्यायालयात विविध खटलेदेखील दाखल केले होते.

गदाधरने मोठ्या आवाजात दरडावल्याने राणीला, मंदिरात पूजेच्या आणि आरतीच्या वेळीसुद्धा आपल्या डोक्यात कायदेशीर डावपेचांबाबतच विचार चालले होते, हे समजले. ही चूक लक्षात आल्यानंतर राणी गदाधरला म्हणाली, 'खरं तर तुमच्या माध्यमातून कालीमातेनेच आज मला दरडावलं आहे.'

जेव्हा ईश्वराची पूजा करताना मनुष्याचा अहंकार विलीन होतो, तेव्हा त्याच्याद्वारे ईश्वरच आपल्याशी बोलत असतो. राणी समजदार होती, त्यामुळे तिला केवळ एक संकेतही पुरेसा होता. तिला आता खातरी पटली, की या मंदिराकरिता गदाधरच सर्वश्रेष्ठ पुजारी आहेत. पूजाविधी करून मोठ्या समाधानाने ती तेथून परतली.

गदाधरची अभेद भक्ती

एके दिवशी मंदिरातील एक पुजारी तेथील राधा-कृष्णाची मूर्ती स्वच्छ करत असताना अचानक त्याच्या हातून ती मूर्ती निसटली आणि खाली पडून भंग पावली. आता या भंगलेल्या मूर्तीचे काय करायचे, असा प्रश्न राणीसमोर उपस्थित झाला. कारण कित्येक पुरोहितांचे म्हणणे होते, 'खंडित मूर्ती मंदिरात ठेवू नये.' त्यामुळे या मूर्तीचे गंगेच्या पात्रात विसर्जन करायला हवे; पण राणीला तर ही मूर्ती अत्यंत प्रिय होती. राणीने गदाधरला याबाबत त्यांचे मत विचारले असता गदाधर म्हणाले, 'जर कोणत्याही कारणाने तुमच्या जावयांचा पाय मोडला, तर तुम्ही त्यांना घरातून बाहेर काढाल, की त्यांच्या पायावर उपचार करून त्यांना ठीक कराल?' हे उत्तर ऐकून राणीला अतिशय आनंद झाला.

शेवटी राणीने ती मूर्ती दुरुस्त करून तिची पुन्हा त्या मंदिरामध्ये स्थापना केली. पण, काही लोकांना एकदा भंग पावलेल्या या मूर्तीची पुन्हा मंदिरात स्थापना करणे फारसे रुचले नाही. त्यावर गदाधर त्या लोकांना म्हणाले, 'जो अभेदपणे संपूर्ण चराचरांत व्यापून राहिला आहे, तो सर्वव्यापी परमेश्वर कसा काय भंग पावू शकतो?' या घटनेमुळे गदाधरची विचारपद्धती आणि त्यांची भक्तीही खूपच वेगळी, वैशिष्ट्यपूर्ण आहे, हे लोकांना समजून चुकले. राणी रासमणीचे जावई माथुरनाथ यांना गदाधरचे काम खूपच आवडत असे.

अशा प्रकारे गदाधर आपल्या जीवनात अग्रेसर होत होते, त्याचबरोबर सत्य-शोधनाच्या साधनेतही गुंतले होते. अचानक एके दिवशी त्यांचे पितासमान वडीलबंधू रामकुमार यांचाही मृत्यू झाला. वडीलबंधूंच्या या अकस्मात मृत्यूने ते अगदी कोलमडून पडले.

मनुष्याच्या जीवनात घडणाऱ्या अशा घटना साधारणपणे खूपच नकारात्मक भासतात. परंतु, वास्तवात एक प्रकारे त्या आपले आयुष्यच घडवत असतात. पण, मनुष्याला त्या वेळी ही गोष्ट समजू शकत नाही. जसे, सोन्यापासून दागिने घडवण्याकरिता त्यामध्ये अल्प प्रमाणात का होईना, एखादा दुसरा हिणकस धातू मिसळावा लागतो. कारण शुद्ध सोन्यापासून दागिने घडवता येत नाहीत. हिणकस धातूचे मिश्रण केल्यानेच सोन्याला आपल्या इच्छेप्रमाणे आकार देता येतो. मगच त्यापासून अलंकार घडवणे शक्य होते. शुद्ध हृदयाच्या गदाधरच्या जीवनातील या नकारात्मक घटनाही त्या हिणकस धातूप्रमाणेच होत्या, ज्या त्याच्या जीवनाला आकार देत होत्या. त्यामुळे आयुष्यात घडणाऱ्या कोणत्याही घटनेकडे नकारात्मक दृष्टीने पाहण्याऐवजी, त्यांच्याकडे हीन दर्जाच्या धातूप्रमाणे पाहायला हवे. कारण त्या आपल्या जीवनाला एक निश्चित आकार, दिशा देण्याकरिताच घडत असतात.

■

६

गदाधरची अनोखी भक्ती

प्रत्येक मनुष्याच्या जीवनात ज्या काही घटना घडत असतात, तो खरे तर एक प्रकारे ईश्वराकडून मिळालेला संकेत आणि मार्गदर्शन असते. ईश्वराला वाटते, माणसाच्या जीवनाच्या अभिव्यक्तीला आकार मिळावा. परंतु, मनुष्याला मात्र ईश्वराची ही लीला ओळखता येत नाही. गदाधरबाबतही काहीसे असेच झाले होते. तेसुद्धा ईश्वरी लीला, त्याचे संकेत ओळखू शकले नव्हते. वडीलबंधूंच्या मृत्यूनंतर मात्र त्यांच्याकडून खरी भक्ती होऊ लागली. आधी तर ते केवळ पुजारीपदाचीच नोकरी करत होते; परंतु आता मात्र त्यांच्या अंतरंगातून सखोलतेने ही प्रार्थना उमटू लागली, 'आई कालीमाते, तू तुझ्या मंदिरात तर मला जागा दिलीस; पण आता तुझ्या हृदयातदेखील थोडंसं स्थान दे.' आई कालीची भक्ती करत असताना गदाधरना, त्यांच्या मनावरील ओझे, त्यांचे दु:ख कमी-कमी होऊ लागले आहे, हे प्रथमच जाणवू लागले. त्यामुळे त्यांची भक्तिसाधना अधिकाधिक वाढू लागली. कारण, भक्तीचे परिणाम जेव्हा दिसू लागतात, तेव्हा मनुष्याला आपली भक्ती ही परमोच्च सीमेपर्यंत पोहोचावी, असेच वाटते.

कालीमातेची पूजा करण्याचेही गदाधरचे एक आगळेवेगळे तंत्र होते. ते तासन्‌तास कालीमातेच्या मूर्तीसमोर बसून राहत. मूर्तीसमोर बसल्यानंतर ते आपल्या डोक्यावर एक फूल ठेवत असत; जेणेकरून आपल्याला आता थोडीशीही हालचाल करायची नाही, याचे भान स्वत:ला असायला हवे. हालचाल केली तर आपोआपच डोक्यावर ठेवलेले

फूल खाली पडेल. मंदिरात येणारे भाविक गदाधरला असे मस्तकी फूल ठेवून बसलेले पाहत, तेव्हा 'हा पुजारी असा विचित्र का वागत आहे, जो कालीमातेच्या शिरावर फूल अर्पण करण्याऐवजी स्वतःच्याच डोक्यावर फूल ठेवून बसला आहे,' असा विचार करत. खरे तर अशा वेळीही गदाधर प्रार्थनाच करत असत; पण लोकांच्या हे लक्षातच येत नसे. गदाधरना वाटायचे, माता आपल्यासोबत लपाछपीचा (लुटुपुटुचा) खेळ खेळत आहे. माता आपल्याला बोलावते तर खरे; पण आपण उठू लागतो, तेव्हा आपले गुडघे दुखायला लागतात. मग आपण उठूच शकत नाही. त्यामुळे त्यांना असे वाटत असे, 'ही नक्कीच कालीमातेची काही चाल आहे, माता आपल्याला बोलावते आणि स्वतःजवळच बसवून ठेवते.' ते मातेच्या भक्तीत इतके तल्लीन झालेले असत, की तिचे दर्शन झाल्यावरच आनंदी होत. पण जेव्हा कधी दर्शन होत नसे, तेव्हा मात्र ते खूप दुःखी होत.

कालीमातेच्या कृपेनेच त्यांना आपल्या जीवनात असे काही लोक भेटले, जे त्यांची भक्ती समजू शकत होते. अन्यथा, त्यांची भक्ती करण्याची अशी पद्धत पाहून त्यांना मंदिरातून हाकलूनच देण्यात आले असते. गदाधरचा भाचा हृदयराम नेहमी त्यांच्यासोबत राहत असे. कारण त्यांची स्थिती त्याला ठाऊक होती. त्यामुळे तो त्यांना त्यांच्या पद्धतीने भक्तिसाधना करू देत असे. शिवाय, त्याबाबत त्यांना तो सहकार्यदेखील करत असे.

माथुरनाथ यांनी जेव्हा गदाधरला अशा आगळ्यावेगळ्या पद्धतीने मंदिरात पूजा करताना पाहिले, तेव्हा त्यांच्या लक्षात आले, की हा काही वेडेपणा नाही. ही तर अशी भावावस्था आहे, जी समजून घेण्याची क्षमता सर्वांमध्ये नसते. भक्तीचे अनुभव इतरांना सांगितल्याने भक्ती वाढू लागते, भक्तीचा प्रसार होतो, असे म्हणतात. गदाधरची अनोखी भक्ती पाहून माथुरनाथ राणी रासमणीला म्हणाले, 'आम्ही आपल्यासाठी एक आनंदवार्ता आणली आहे.' 'कोणती आनंदवार्ता आहे,' असे राणीने विचारल्यावर माथुरनाथ उत्तरले, 'लवकरच आपल्या मंदिरातील कालीमातेची मूर्ती जागृत होणार आहे.' माथुरनाथ हे रहस्य जाणत होते, कोणत्याही मंदिरात अशा विशेष पद्धतीचा पुजारी असेल, तर तेथील मूर्ती जागृत होणे शक्य असते. पुजारी जितक्या उच्च चेतनेचा असेल, तितकीच ती मूर्तीसुद्धा लवकर जागृत होते. जर मंदिरात भक्तीचा भक्त पूजा करत असेल, तर तेथील मूर्ती जागृत होण्याची शक्यता कित्येक पटीने वाढते.

मात्र, आजकाल लोक जेव्हा मंदिरात पूजेसाठी जातात, तेव्हा त्यांचे लक्ष भक्तीवर कमी आणि तेथे येणाऱ्या भाविकांच्या वेषभूषेवर, आभूषणांवर अथवा त्यांनी अर्पण केलेल्या वस्तूंवरच अधिक असते. कोणत्याही मंदिरात अथवा सत्संगात येणाऱ्या लोकांचे ध्यान जर अशा तुच्छ, अशाश्वत वस्तूंमध्येच अडकून राहत असेल, आणि तेथील

पुजारीही तसाच असेल, तर अशा मंदिरात ती अमूल्य गोष्ट प्राप्त करणे अशक्यच असते.

लोक आपल्या सांसारिक बाबींतून, मोहमायेतून काही वेळ काढून मंदिरात येतात; परंतु त्यांच्यासाठी मंदिरात देवदर्शनाला जाणे म्हणजे बागेत फिरायला जाण्यासारखेच असते. ते मंदिरातसुद्धा प्रापंचिक विषयांवरच गप्पा मारत असतात. शिवाय, मंदिरातील पुजारी तर दिवसभरात खूप वेळ मंदिरात असतो. जर त्याचेही लक्ष मूर्तीकडे कमी आणि येणाऱ्या-जाणाऱ्या भाविकांचे कपडे आणि त्यांच्या रंगरूपावरच अधिक असेल, तर अशा मंदिरातील मूर्ती कधीच जागृत होऊ शकणार नाही. कारण मूर्ती फक्त एकाच गोष्टीने जागृत होत असते; आणि ती म्हणजे भक्ती! गदाधरची भक्ती ही मूर्तीमध्ये प्राण ओतून तिला जागृत करणारी भक्ती होती.

गदाधर मंदिरातील सर्वाधिक योग्य असे पुजारी होते. मात्र काही लोकांना वाटायचे, ते त्या योग्यतेचे नाहीत. परंतु, मंदिराशी संबंधित निर्णय घेण्याचे अधिकार फक्त राणी रासमणीकडेच होते. शिवाय, राणीला माहीत होते, की गदाधरची भक्ती हीच खरी भक्ती आहे. राणीकडे कित्येक लोक गदाधरच्या पूजापद्धतीविषयी तक्रारी करण्यासाठी येत. परंतु राणी त्या सर्वांकडे दुर्लक्ष करून गदाधरला संधी देत असे. कारण गदाधरद्वारे होणाऱ्या भक्तीचा प्रभाव समाजात खूप मोठ्या प्रमाणावर पडणार आहे, हे राणीला ठाऊक होते.

त्या मंदिराच्या उभारणीमागे मुख्य उद्देश हाच होता, की तिथे सर्व धर्मांच्या लोकांनी यावे. त्याकरिता मंदिर-परिसरात भाविकांच्या निवासाची आणि त्यांच्या भोजनाची सर्व व्यवस्था केली गेली होती. त्यामुळे हळूहळू विविध धर्मांचे लोक तिथे येऊ लागले. मंदिरातील भावभक्तीचे तरंग उच्च प्रतीचे व्हावेत आणि ते स्थान तीर्थस्थानासारखे पवित्र व्हावे, केवळ याचसाठी हा सर्व प्रयास होता.

■

७

गदाधरची भक्तिवियोगाची व्याधी

गदाधरची भक्तीची ही अवस्था केवळ काही लोकांच्याच लक्षात येत होती. इतर लोक त्यांना वेडाच ठरवत होते. परंतु गदाधरना कोणी काही म्हटल्याने कोणताही फरक पडत नव्हता. ते तर आपल्या भक्तिसाधनेत तल्लीन झालेले असत.

एक दिवस गदाधर कालीमातेसमोर बसलेले होते. त्या वेळी ते खूपच व्याकूळ होते. कारण त्यांना मातेचे दर्शन होत नव्हते. खरे तर आपली शारीरिक-मानसिक स्थिती नेहमी एकसारखीच असू शकत नाही, त्यामुळे कधी काही अनुभव आपल्याला चटकन समजतात, तर कधी ते लक्षातही येत नाहीत. कधी-कधी एखाद्या आजारामुळे अथवा शारीरिक त्रासामुळेही असे होऊ शकते. गदाधर मंदिरात व्याकूळ अवस्थेत बसले होते, तेव्हा अचानक त्यांची नजर भिंतीवर अडकवलेल्या एका तलवारीवर गेली. ती तलवार पाहून त्यांच्या मनात विचार आला, 'आपण आपलं शिर मातेच्या चरणी अर्पण करावं.' केवळ हा विचार मनात येताच ते भावसमाधीच्या अवस्थेत गेले. तेव्हा त्यांना असे वाटले, जणू खरोखरंच त्यांचे मस्तक कापले गेले आहे.

विचार करा, आपल्या आतही असे विचार आले तर...? खरे तर आपणही आपले शिर कापून मातेच्या चरणी समर्पित करण्याची कल्पना केली, तर आपल्या अंतरंगातून इतर विचार स्फुरणेच बंद होईल. कारण, या एकाच विचाराने आपले शरीर, मन इतके सुन्न होईल, की इतर सर्व विचारच लुप्त होतील. याच अवस्थेला 'निर्विचार अवस्था' म्हटले

जाते. निर्विचार अवस्थेपर्यंत पोहोचण्यासाठी लोकांना कधी-कधी काही विशेष विधी-उपचार करावे लागतात. परंतु गदाधर मात्र सहजपणे या अवस्थेपर्यंत पोहोचले होते. यासाठी त्यांना कोणत्याही विधीची अथवा मार्गदर्शनाची गरज भासली नाही. कधी-कधी लोक अशी अचानक प्राप्त होणारी निर्विचार अवस्था समजू शकत नाहीत. कारण असे अनुभव ओळखण्यासाठीही पदोपदी ज्ञान मिळण्याची आवश्यकता असते.

आपल्या जीवनचरित्रात रामकृष्ण परमहंसांनी या अकस्मात प्राप्त झालेल्या अनुभवाचे वर्णन काहीसे अशा प्रकारे केले आहे. 'त्या वेळी मला कालीमातेच्या मूर्तीचं दर्शन झालं... नंतर ती अदृश्य झाली. मंदिराच्या भिंती दूर जाऊ लागल्या... एक-एक करून सर्व दरवाजे, खिडक्या अदृश्य होऊ लागल्या... चहू बाजूंना प्रकाशाच्या लाटा उसळल्या... जसं काही तो प्रकाशाचा एक सागरच आहे. त्यानंतर मला असं वाटू लागलं, जणू त्या लाटा माझ्याच दिशेनं येत आहे... अखेर एक वेळ अशी आली, जेव्हा मी त्या लाटांमध्ये पूर्णपणे विलीन झालो.'

या अनुभवप्राप्तीनंतर गदाधरची भक्ती आणखीच वृद्धिंगत झाली. आता तर त्यांना पूजाविधी करणेही कठीण होऊ लागले. आता ते ज्या काही पूजाविधी करत असत, त्या पहिल्याच्या तुलनेत खूपच वेगळ्या पद्धतीने करत. त्यांच्या या हरकती खुळचट वाटल्याने त्यांना वैद्यांना दाखवण्यात आले. वैद्यांनी त्यांना तपासून सांगितले, 'यांना वातरोग झालेला आहे.' खरे तर वैद्यांना खरी गोष्ट माहीतच नव्हती, ही वस्तुस्थिती होती. हा वातरोग नसून, गदाधरला भक्तिवियोग नावाच्या व्याधीने ग्रासले आहे, हे त्यांना समजलेच नाही.

भक्तीच्या वियोगातच ते कालीमातेच्या मूर्तीसमोर उभे राहत आणि मूर्तीच्या नाकासमोर आपला हात धरून, मातेचा श्वासोच्छ्वास सुरू आहे की नाही, याचे निरीक्षण करत. मग ते गाभाऱ्यातून बाहेर येऊन लोकांना सांगत, 'माता हल्ली माझ्या आतून श्वास घेत आहे.' म्हणजेच ते आपल्या श्वासांकडेही अशाच दृष्टीने पाहत असत, की गदाधर नव्हे, तर माताच त्यांच्या शरीराद्वारे श्वासोच्छ्वास करत आहे. त्या वेळी हे सर्व अशाच पद्धतीने झाले होते की नाही, हे पडताळून पाहणे तर शक्य नाही! परंतु तरीही लोक आपापल्या पद्धतीने याचे वर्णन करत असतात.

गदाधरची निष्कपट भक्ती

कालीमातेसमोर जो प्रसाद अर्पण केला जात असे, तो गदाधर प्रथम मातेला खाऊ घालत. त्याकरिता ते प्रसादाचा घास आपल्या हाती घेऊन मातेच्या मुखाजवळ धरत आणि म्हणत, 'प्रसाद भक्षण करा, माते!' मग पुन्हा म्हणत, 'काय म्हणालीस, पहिल्यांदा मी

खाऊ? बरं, ठीक आहे!' असे म्हणून ते स्वतःच तो प्रसाद खात असत.

एक दिवस मंदिरात एक मांजर आली. गदाधरने जेव्हा त्या मांजरीला पाहिले, तेव्हा सगळा प्रसाद तिलाच खाऊ घातला. ते म्हणाले, 'आज माताच मांजरीचं रूप घेऊन मंदिरात आली आहे.' परंतु हे दृश्य पाहून तिथे उपस्थित असणाऱ्या लोकांना मात्र खूप वाईट वाटले. जो प्रसाद आपल्याला मिळायला हवा होता, तो गदाधरने एका मांजरीला खाऊ घातल्याने हा प्रकार त्यांना अत्यंत अपमानास्पद वाटला.

अशा घटनांवरून गदाधरची भक्ती किती निष्कपट आणि निरागस होती, हे लक्षात येतं. परंतु त्यांच्या अशा वाढत असलेल्या हरकती पाहून आता हृदयरामलाही शंका येऊ लागली, 'गदाधर खरोखरच वेडे तर झाले नाहीत ना?'

आज भक्तीचे हे असे स्वरूप समजून घेणारे लोक खूपच कमी आहेत. गदाधरच्या साऱ्या हरकती एखाद्या लहान बालकासारख्या होत असत. त्यांच्यात बालकांतील निरागसता होती; पण लोक आपल्या अज्ञानामुळे त्यांच्या निरागसतेला त्यांचा वेडेपणा ठरवत होते.

लहान मुले अशा खूप काही गोष्टी करत असतात, ज्यांना आपल्या दृष्टीने काहीच अर्थ असत नाही. पण बालकांमध्ये सच्चेपणा, खरेपणा असतो आणि त्यांच्यामध्ये कपटवृत्ती नसते. त्यामुळे ती अत्यंत निरागस असतात. कित्येकदा आपण लहान मुलांना काही प्रश्न विचारल्यास ती इतक्या निरागसतेने उत्तर देतात, की आपल्याला ती खूपच आवडतात. जसे, एकदा एका घरात काही पाहुणे आले होते. त्या वेळी त्यांनी पाहिले, की घरातील एक मूल एका मांजराबरोबर खेळत आहे. त्या मुलाने जेव्हा ते मांजर पाहुण्यांसमोर आणले, तेव्हा पाहुणे गमतीने त्या मुलाला म्हणाले, 'आमच्या घरी खूप उंदरं झाली आहेत, म्हणून तुमचं मांजर आम्ही एक दिवसाकरिता आमच्या घरी नेलं तर चालेल का?' त्यावर ते मूल म्हणाले, 'नाही, नाही! आमचं मांजर मी तुम्हांला अजिबात देणार नाही. त्यापेक्षा तुम्ही तुमच्या घरातील उंदीरच आमच्याकडे का आणत नाही?' आता तुम्ही समजू शकता, की त्या मुलाने किती निरागसतेने असे म्हटले असेल. कारण उंदीर पळवून लावण्यासाठीच पाहुणे मांजराची मागणी करत आहेत, हे त्याला ठाऊक नसते.

गदाधरची निरागसता

एकदा एक लहान मुलगा ब्रेड खात होता आणि त्यासोबत थोडे-थोडे दूधही पीत होता. कुणीतरी त्याला विचारले, 'तू ब्रेड दुधात बुडवून का खात नाहीस?' त्यावर त्या मुलाने उत्तर दिले, 'जेव्हा मी ब्रेड दुधात बुडवतो, त्या वेळी सगळं दूध हा ब्रेडच पिऊन टाकतो.

मग मला प्यायला काय उरणार? त्यामुळे मी आधी ब्रेड खातो आणि त्यानंतरच दूध पितो.' मुलाच्या उत्तरातील हा भाव समजण्यासाठी आधी आपल्याला त्याच्यातील निरागसता समजायला हवी. हीच गोष्ट गदाधराबाबतही लागू होते. त्यांच्या या तऱ्हेवाईक हरकती समजून घेण्यासाठी आधी त्यांच्यातील निरागसता समजून घेणे आवश्यक आहे. गदाधरदेखील लहान मुलांसारखेच निरागसतेने आपले म्हणणे मांडत.

एकदा गदाधर त्या जोत्यावर (चौथाऱ्यावर) चढले, ज्यावर मातेची मूर्ती स्थापित केली होती. त्यांनी मातेचा हात धरला आणि म्हणाले, 'चल माते, आपण दोघे मिळून एकत्र नृत्य करू या.'

अशा प्रकारे मातेस प्रसाद अर्पण करणे अथवा खाऊ घालणे यासारख्या सर्व क्रियांकडे ते बालकांसारखेच एका वेगळ्या दृष्टीने पाहत असत.

■

८

गदाधरचा विवाह

गदाधरचे जीवन भक्तिमार्गावर अग्रेसर होत होते. जेव्हा कोणी त्यांना भेटस्वरूपात चादर अथवा घोंगडी वगैरे काही देत असे, तेव्हा ते मोठ्या उत्साहाने त्याचा स्वीकार करत. काही वेळाने मात्र ते ती भेट आपल्या पायांखाली तुडवत असत. ते म्हणत, 'या भेटवस्तू माझी मातेशी भेट घडवू शकणार आहेत काय? जर हे शक्य नसेल, तर अशा वस्तू माझ्यासाठी काही उपयोगाच्या नाहीत.' खरे तर त्यांची ही गोष्ट जनसामान्यांसाठी एक प्रकारचा संकेतच असे. लोक बहुधा प्रापंचिक गोष्टींकडेच अधिक आकर्षिले जातात. परंतु एक भक्त अशा वस्तूंकडे कोणत्या दृष्टीने पाहतो, हे गदाधरच्या जीवनाकडे पाहिल्यास आपल्या लक्षात येते.

काळ आपल्या गतीने पुढे सरकत होता. काही दिवसांनंतर गदाधरबरोबर त्यांचे दुसरे भाऊ रामेश्वर यांचा मुलगा अक्षय यालाही मंदिरातील कामकाज पाहण्यासाठी ठेवण्यात आले. गदाधरला वातरोगामुळे त्रास होत होता. त्यामुळे त्यांच्या तब्येतीत सुधारणा व्हावी म्हणून काही दिवसांनंतर त्यांना त्यांच्या गावी परत पाठवण्यात आले. या आजारामुळे त्यांच्या आईला त्यांची खूप चिंता वाटत असे. त्या गदाधरला नियमितपणे वैद्यांकडे घेऊन जात. शिवाय झाडझाडोरा, मंत्रतंत्र यांसारखे उपायही केले जात असत. परंतु, तरीही गदाधर अधूनमधून आपल्या विक्षिप्त हरकती करतच असत. त्यामुळे लोकांना वाटायचे, अजूनही त्यांच्यात काही दोष बाकी आहे. ते कधी-कधी जमिनीवर आपले हातपाय

आपटत असत, तर कधी आपले डोके आपटून घ्यायचे. कधी-कधी तर तासन्‌तास 'आई आई' असे ओरडत असत. त्यांची आई त्यांच्याजवळ असायची, तेव्हा ती म्हणत असे, 'अरे, मी तर तुझ्या जवळच आहे, मग तू का आपले डोकं आपटतो आहेस?' त्यांची अशी अवस्था बघूनच लोक त्यांना रुग्ण समजत असत.

एक वेळ अशी आली, की त्यांना झोप येणेच बंद झाले. अशा प्रकारे जवळजवळ सहा महिने उलटले. म्हणजेच ते सहा महिने झोपूच शकले नव्हते. कधी-कधी तर अशी स्थिती असे, की त्यांचे डोळे सताड उघडेच राहत, ते मिटण्यासाठीसुद्धा बोटांचा आधार घ्यावा लागे. अशा स्थितीतही ते कालीमातेचे स्मरण करत आणि म्हणत, 'माते, तू केवळ दगडाची एक मूर्तीच आहेस का? तू मला तुझं दर्शन देऊ शकत नाहीस का? तू जर माझ्या भावाला दर्शन दिले आहेस, तर मग आता मला दर्शन का देत नाहीस? मी जर तुझं दर्शन घेऊ शकत नसेन, तर माझ्या या जीवनाचा काय उपयोग?'

ज्या दिवशी त्यांना मातेचे दर्शन होत नसे, तेव्हा ते म्हणत, 'आजचा दिवस अतिशय बेकार गेला. आज मला मातेचं दर्शनच झालं नाही. आता हे शरीरच संपवलं, तर खूप बरं होईल.' पण जेव्हा दर्शन होई तेव्हा ते म्हणत, 'होऊ दे किती व्हायचा असेल तो त्रास या शरीराला, तसंही मी शरीर कुठे आहे?' अशा प्रकारे ते दोन्ही पद्धतीने बोलत असत. कधी-कधी मातेला म्हणत, 'तुला जे करायचे असेल ते कर, जितका या शरीराला त्रास द्यायचा असेल तितका दे, तसंही मी हे शरीर नाहीच.'

गदाधरची आणखी एक सवय अशी होती, जी लोकांना थोडी विचित्रच वाटत असे. खरे तर त्यांना लोकांपासून दूर, एकांतात बसणे खूप आवडत असे. त्यामुळे कधी-कधी ते कामारपुकूरच्या स्मशानात जाऊन बसत. हे पाहून त्यांचे भाऊ रामेश्वर यांनाही त्यांच्याविषयी खूप चिंता वाटत असे. जेव्हा गदाधर खूप उशिरापर्यंत घरी परतत नसत, तेव्हा रामेश्वर त्यांना बोलावण्यासाठी स्मशानाकडे जात. ते बाहेरूनच आवाज देत असत, 'गदाधर तू कुठे आहेस?' तो आवाज ऐकून गदाधर लगेच म्हणत, 'तू तिथंच थांब, मी लगेच बाहेर येतो.' खरे तर त्यांच्या भावाने त्यांना घेण्यासाठी स्मशानात यावे आणि काहीतरी पाहून विनाकारण घाबरून जावे असे त्यांना अजिबात वाटत नव्हते. त्यामुळे अशा वेळी ते लगेचच स्मशानातून बाहेर येत असत.

काही दिवसांनंतर जेव्हा गदाधरच्या प्रकृतीत थोडीफार सुधारणा होऊ लागली, तेव्हा त्यांचा विवाह करावा, असे त्यांच्या आईला वाटू लागले. लवकरच त्यांनी सहा-सात वर्षांच्या एका मुलीबरोबर त्यांचा विवाह घडवून आणला. त्या वेळी गदाधर यांचे वय चोवीस वर्षांहून अधिक होते. परंतु इतक्या लहान वयाच्या मुलीसोबत लग्न होणे, ही त्या

वेळी एक सर्वसाधारण गोष्ट होती. मात्र, लग्नानंतर जेव्हा मुलीच्या काकांना समजलं, की लग्नात गदाधरच्या घरच्यांनी नववधूच्या अंगावर घातलेले दागिने हे केवळ त्या प्रसंगापुरते कुठूनतरी आणलेले होते, तेव्हा ते अतिशय नाराज झाले. म्हणून ते नवऱ्यामुलीला आपल्यासोबत परत घेऊन गेले. या घटनेमुळे गदाधरच्या आईला अतिशय दु:ख झाले. पण गदाधरने त्यांना दिलासा देत, समजावत म्हटले, 'तू घाबरू नकोस, चिंता करू नकोस, सारं काही ठीक होईल.' या घटनेनंतर गदाधर पुन्हा कोलकात्याला निघून गेले.

काही लोकांच्या विचारात ही गोष्ट स्पष्ट असते, की त्यांना कशा पद्धतीचे जीवन जगायचे आहे. त्यांच्या जीवनाचा अर्थ काय? अशा प्रकारे ते त्यांचे प्रत्येक पाऊल आपल्या ध्येयाच्या दिशेनेच उचलत असतात. सर्वसाधारणपणे अशा लोकांचे विवाह संबंधही अशाच कुटुंबात होतात, जिथून त्यांना पुढे जाण्याची, प्रगती करण्याची संधी मिळते. मग हळूहळू ते अशाच जीवनात प्रवेश करतात, ज्या पद्धतीचे जीवन ते जगू इच्छित होते.

गदाधरांचा विवाह शारदादेवींसोबत होणे, हीदेखील एक प्रकारची ईश्वरी लीलाच होती. त्यामुळेच ते आपले जीवन आपल्या इच्छेप्रमाणे जगू शकले. परंतु प्रत्येकाबाबत असे होत नाही. कारण अधिकांश लोक तर आपल्या आसपास असलेल्या, त्यांना आवडणाऱ्या गोष्टींना पाहूनच आपल्या इच्छा-आकांक्षा, प्रार्थना बदलत राहतात. त्यामुळे खूप मोठ्या कालावधीपर्यंत ते आपल्या जीवनात बहुधा चुकीच्या गोष्टींकडेच आकर्षित होतात. जेव्हा अशा चुकीच्या गोष्टी त्यांच्या जीवनात अवतरतात, तेव्हा त्यांचा अधिकांश वेळ त्यातून निर्माण झालेल्या समस्यांची सोडवणूक करण्यातच व्यतीत होतो. शिवाय, योग्य पद्धतीने जीवन जगण्यासाठी त्यांच्या हाती खूपच कमी वेळ उरलेला असतो.

■

९

गदाधरला लाभला प्रार्थनेचा परिणाम

गदाधर कोलकात्याला परतल्यानंतर कालीमातेच्या मंदिरात त्यांची पुन्हा पहिल्यासारखीच दिनचर्या सुरू झाली. आताही ते आपल्या विशिष्ट पद्धतीनेच साधना करत होते; परंतु आता या नव्या काळात किमान काही नव्या शक्यता तरी निर्माण होत होत्या. ते नव्या पद्धतीने आणखीही काही साधना करू लागले होते. जसे, त्या दिवसांमध्ये भैरवी नावाची एक ब्राह्मण स्त्री अशा मनुष्याचा शोध घेत होती, जो सदैव भक्तिसाधनेत तल्लीन असेल. खरे तर शास्त्रामध्येही असे सांगितले आहे की, जर एखादी व्यक्ती पूर्ण भक्तिभावाने आपले जीवन जगत असेल, तर अशा व्यक्तीची भेट अवश्य घ्यायला हवी. म्हणून ती स्त्रीदेखील अशा मनुष्याच्या शोधात फिरत होती. एके दिवशी फिरता-फिरता ती कालीमातेच्या मंदिरात पोहोचली. तिने गदाधरच्या भावभक्तीबद्दल इतर लोकांकडून खूप काही ऐकले होते. त्यामुळे तिने जेव्हा गदाधरला पहिल्यांदा पाहिले, तेव्हाच ती म्हणाली, 'मी तर आपल्याच शोधात इथवर आले आहे.' हे ऐकताच गदाधरने अगदी सहजच त्या स्त्रीचा आपला गुरू म्हणून स्वीकार केला. त्यानंतर त्या स्त्रीने गदाधरला तपसाधना शिकवली.

अशा प्रकारे त्यांच्या जीवनात एकेक करून नवनवी पात्रे प्रवेश करत होती. शिवाय, ते त्यांच्याकडून काही ना काही आत्मसात करत होते. खरे तर त्यांच्या संपर्कात नेहमी चांगल्या वृत्तीचेच लोक येत होते, त्यामुळेच तर त्यांची विचित्र वाटणारी वर्तणूक पाहूनही कोणी त्यांना वेडा ठरवत नव्हते. अशा प्रकारे हळूहळू लोकांमध्ये गदाधरबाबत

सकारात्मक मत तयार होऊ लागले.

आधी जे लोक गदाधरच्या भक्ती करण्याच्या पद्धती पाहून त्यांची टर उडवत होते, त्यांनाही आता त्यांच्यातील भक्तिभाव जाणवू लागला होता. ती ब्राह्मण महिला भैरवीही लोकांना सांगू लागली, 'हे कुणी साधारण मनुष्य नाहीत, तर अवतारी पुरुष आहेत.' त्यामुळे कित्येक लोक तर गदाधरबरोबर शास्त्रार्थ करण्यासाठीसुद्धा येऊ लागले. पूर्वीच्या काळी जेव्हा पंडित आणि ज्ञानी लोक मिळून एखाद्या विषयावर वादविवाद, विचारविनिमय करत, तेव्हा त्या चर्चेला शास्त्रार्थ असे म्हटले जाई. अशा वादविविवादांतून जो विजयी होत असे, त्याचे विचार योग्य मानले जात असत.

गदाधरदेखील शास्त्रार्थ करण्यासाठी सर्वांबरोबर चर्चेला बसत. त्या वेळी त्यांच्या विशिष्ट हरकती पाहून शास्त्रार्थ करण्यासाठी आलेल्या लोकांनीही मान्य केले, की हे कोणी वेडे अथवा मनोरुग्ण नाहीत, तर खरोखरच महापुरुष आहेत. त्यानंतर तिथे 'गदाधर मनुष्य आहेत की अवतार?' या विषयावरही शास्त्रार्थ चर्चा झाली. या शास्त्रार्थानंतर गदाधर म्हणाले, 'माझ्या विचित्र हालचाली पाहून कित्येक लोक मला वेडाच समजतात. कधी-कधी तर मला स्वतःलाही असं वाटतं, की मला एखादा आजार जडलेला असावा, त्यामुळे मी असं वागतो. परंतु आपल्या शास्त्रार्थ चर्चेनंतर, कमीत कमी मला कोणता आजार नाहीये, हे तरी समजलं.'

गदाधरला, ते अवतारी पुरुष आहेत की सामान्य मनुष्य, या गोष्टीशी काहीही कर्तव्य नव्हते. यातून त्यांची निरागस भक्तीच दिसून येते. आता गदाधर स्वतःच ज्ञानाच्या शोधात होते आणि कालीमातेचा धावा करत होते. त्यांच्या साद घालण्यातले आर्त भावही जेव्हा विरून गेले, तेव्हा त्यांच्या आयुष्यात गुरुरूपात तोतापुरी महाराजांचे आगमन झाले. ते असे गुरू होते, जे गदाधरमधील पराकोटीच्या शक्यता समजू शकत होते. त्यांना स्पष्टपणे दिसत होते, की गदाधरच्या शरीरामध्ये अशी अवस्था तयार होत आहे, जी पूर्णत्वाकडे पोहोचत आहे, त्याकरिता त्यांना उत्तेजन देणे आवश्यक आहे. असे केल्याने तो मुक्त होईल. अर्थात, तिथे चैतन्य प्रकट होईल आणि परमचेतनेची अनुभूती होऊ शकेल. तोतापुरी महाराज गदाधरमध्ये अशा खूप काही शक्यता पाहू शकत होते. जशी गदाधर प्रार्थना करत असत, तशी प्रार्थना जर मनुष्याकडून होऊ लागली, तर त्याची 'थेट संवाद सूची'* तयार होऊ लागते, मनुष्याच्या प्रार्थनेत बळ येऊ लागते आणि त्याचा भाव विरून जातो, तो भावातीत होऊ लागतो. त्यानंतर जे प्रकट होते ते स्पष्ट समाधान!

---

* थेट संवाद सूची : प्रकृतीकडे थेट तीच गोष्ट मागणे, जी आपल्याला खरोखर हवी आहे.

आज आपल्या आयुष्यातही कित्येक घटना घडत असतात. अशा काही घटनांचे संकेतही मिळत असतात, ज्या भविष्यात घडणार आहेत. काही गोष्टींसाठी आपण प्रार्थनाही करत आहात. जेव्हा तुमच्या प्रार्थनेला बळ प्राप्त होईल, तेव्हा तुम्हांला थेट समाधान लाभू शकेल. परंतु, जर ते समाधान आजच्याऐवजी उद्या लाभणार असेल, तर आजही तुम्ही तितकेच त्रस्त असाल, जितके एक वर्षांपूर्वी होता. एकदा समाधान प्राप्त झाल्यानंतर तुम्ही सर्व समस्यांतून मुक्त होऊन जाल. परंतु तरीही जोपर्यंत समाधान मनुष्यासमोर येत नाही, तोपर्यंत तो दृढ विश्वास ठेवू शकत नाही. अशा स्थितीत प्रार्थना करणे बंद करण्याऐवजी पूर्ण विश्वासाने दृढतापूर्वक प्रार्थना करायला हवी. प्रार्थना करताना अशा गोष्टींचे वर्णन करू नये, ज्या आपल्याला नको आहेत; तर त्याच गोष्टींवर आपले लक्ष केंद्रित करायला हवे, ज्या हव्या आहेत.

गदाधरच्या अंतरंगातून कालीमातेकरिता प्रार्थना स्फुरत होती, 'हे माते, तू माझ्यासोबत कधी राहशील, मला तुझ्या हृदयात स्थान कधी मिळेल?' या प्रार्थनेच्या फलस्वरूपात तोतापुरी महाराज गुरुरूपाने त्यांच्या जीवनात अवतरले.

■

खंड ३

भक्तीला जोड ज्ञानाची

१०

निराकार अनुभवाची प्राप्ती

एके दिवशी गदाधर गंगाकिनारी भजन गात होते. तिथे त्यांचे भजन ऐकण्यासाठी खूप लोक जमले होते. त्याच वेळी तोतापुरी महाराज तेथून चालले होते. भजनांचा आवाज ऐकून ते गंगाकिनारी आले आणि गर्दीतून वाट काढतच गदाधर जवळ पोहोचले. गदाधरला पाहताच ते सर्वोच्च ज्ञानप्राप्तीसाठी अगदी योग्य आहेत, याची त्यांना खातरी पटली. भजनाच्या सांगतेनंतर ते गदाधरला म्हणाले, 'मी वेदान्ताचा पंडित आहे. तुला अद्वैताचं ज्ञान प्रदान करू शकतो. तुला हे ज्ञान हवंय का?' त्यावर गदाधर म्हणाले, 'होय, नक्कीच मला ते हवंय. मला त्याची नितांत आवश्यकता आहे. पण त्यासाठी आधी मला मातेची परवानगी घ्यावी लागेल.' हे उत्तर ऐकून तोतापुरी महाराजांना वाटले, बहुधा गदाधर घरी जाऊन आपल्या आईकडून परवानगी घेऊन येईल. गदाधर आपल्या कालीमातेला विचारण्याकरिता मंदिरात जाण्याविषयी सांगत आहेत, हे त्यांना ठाऊक नव्हते.

ज्या प्रकारे आपण आपल्या हृदयाला प्रश्न विचारतो, अगदी तशाच प्रकारे गदाधर कालीमातेच्या मूर्तीसमोर जाऊन प्रश्न विचारत असत. तेच त्यांचे हृदयस्थान होते. त्यांनी मातेसमोर जाऊन म्हटले, 'आई, तोतापुरी महाराज आले आहेत आणि ते मला अद्वैताचं ज्ञान देऊ इच्छित आहेत. अशा स्थितीत मी काय करायला हवं?' या प्रश्नावर त्यांच्या हृदयातून, मातेने उत्तर दिले, 'ते तुझ्यासाठीच तर इथवर आले आहेत.'

पुढे तोतापुरी महाराजांनी त्यांना सांगितले, 'ज्ञानप्राप्तीकरिता प्रथम तुला संन्यासी

व्हावं लागेल आणि दीक्षा ग्रहण करावी लागेल.' त्यावर गदाधर म्हणाले, 'मी संन्यासी झालो, तर माझ्या आईला खूप दुःख होईल. तिच्या परवानगीशिवाय मी संन्यासदीक्षा घेऊ शकणार नाही.' आता गदाधर इथे आपल्या जन्मदात्या मातेविषयी बोलत होते. तोतापुरी महाराजांनी गदाधरची पात्रता पाहून म्हटले, 'ठीक आहे. असं असेल, तर मी तुला गोपनीय पद्धतीने दीक्षा देऊ शकेन, ज्यामुळे तुला संन्यासी होऊन जगण्याची आवश्यकता भासणार नाही.' गदाधरने ही गोष्ट लगेच मान्य केली.

मग तोतापुरी महाराज गदाधरला एकांतस्थळी घेऊन गेले, जिथे एक झोपडी होती. आणि काही वस्तूंची तिथे आधीच व्यवस्था करून ठेवली होती. तिथे सर्वप्रथम गदाधरचे मुंडण करण्यात आले. त्यांच्याकडून काही प्रार्थना करून घेण्यात आल्या, आचमन करायला लावण्यात आले आणि मगच त्यांना दीक्षा दिली गेली. या दरम्यान, गदाधरकडून जी प्रार्थना करून घेण्यात आली, ती अशा प्रकारची होती– 'आता मी संपूर्ण विश्वाला अभयदान देत आहे. याचाच अर्थ, विश्वातील कोणत्याही जीवजंतूला आता माझ्याकडून कोणतंही भय नसेल. मी सर्व प्रकारच्या हिंसेपासून मुक्त आहे. माझ्याकडून कधीही, कोणत्याही प्रकारे हिंसा होणार नाही.' मग त्यांना 'नेति-नेति'चे ज्ञान प्रदान करण्यात आले.

अद्वैत, वेदान्त यामध्ये 'नेति-नेति'चा अर्थ आहे, 'हेही नाही आणि तेही नाही', 'मीही नाही आणि तूही नाही.' जे काही आपल्यासमोर येत आहे, त्याला 'नेति-नेति'द्वारे असे समजायचे, की 'मी हेसुद्धा नाही आणि तेसुद्धा नाही.' अथवा 'हेसुद्धा माझं नाही आणि तेसुद्धा माझं नाही.' परंतु भक्तीबाबत मात्र असे होत नाही, हे लक्षात ठेवायला हवे. भक्तीमध्ये हेसुद्धा तेच आहे आणि तेसुद्धा तेच आहे, म्हणजेच दोन्हीही एकच आहे, सगळ्यांमध्ये ईश्वरच आहे.

दीक्षित झाल्यानंतर गदाधर जेव्हा नेति-नेतिची ध्यानसाधना करण्याकरिता बसत तेव्हा जे विचार मनात येत, त्यांना ते म्हणत, 'हेसुद्धा नाही... तेसुद्धा नाही.' जसे, आपण एखादी वस्तू शोधत आहोत आणि मध्येच आपल्याला इतर काही वस्तू मिळतात. अशा वेळी आपण म्हणतो, 'हे ते नाही... हेसुद्धा ते नाही... या सर्व वस्तू इथे आहेत; पण माझ्या नाहीत....' अगदी अशाच प्रकारे, जसे, आपण गर्दीमध्ये आपल्या एखाद्या नातलगाला शोधत असाल, तर आपल्या नजरेसमोर त्या वेळी असंख्य लोक येत असतात. परंतु त्या वेळी आपल्यासमोर येणाऱ्या प्रत्येक अनोळखी व्यक्तीवरून आपली नजर लगेच दुसरीकडे जाते. कारण ते लोक आपले नातेवाईक नसतात. अगदी अशाच पद्धतीने मनात येणाऱ्या विचारांवरूनही आपले लक्ष लगेच दूर व्हायला हवे. आधुनिक नेति-नेति ध्यानसाधना करताना, जर काही विचार मनात आले, तर आपण लगेच त्यांना

म्हणायला हवे, 'पुढे... पुढे... पुढे... नेक्स्ट.' असे केल्याने आपल्या मनात उठणाऱ्या विचारतरंगांना काही मिळणार नाही, आणि ते विलीन होतील. मग आपण कोणत्याही विचारामध्ये गुंतून पडणार नाही.

गदाधर त्या वेळी असेच ध्यान करत होते. पण, त्यांच्याकडून तसे ध्यान साधले जात नव्हते, जसे गुरू तोतापुरी महाराजांना अपेक्षित होते. तोतापुरी महाराजांनी विचारले, 'काय झालं? अशी कोणती अडचण येत आहे, ज्यायोगे ध्यानधारणा योग्य पद्धतीने होऊ शकत नाही?' त्यावर त्यांनी सांगितले, 'ध्यान करतेवेळी मध्येच मातेचं चित्र नजरेसमोर येतं आणि त्यानंतर माझ्याकडून नेति-नेतिचे ध्यान होत नाही. आतून हा विचार येतच नाही, की हेही नाही... तेही नाही. कारण मातेला पाहून मी तिच्यातच हरवून जातो.' गदाधरची ही समस्या समजल्याने तोतापुरी महाराजांनी त्यावर एक उपाय योजला. त्यांनी जवळच पडलेला एक आरशाचा तुकडा उचलून त्याने गदाधरच्या दोन्ही भुवयांच्या मध्यभागी एक ओरखडा काढून ते म्हणाले, 'आता मी तुला ज्या ठिकाणी घाव केला आहे, तिथे ध्यान केंद्रित कर.' गदाधरला ध्यानस्थ बसलेले पाहून तोतापुरी महाराज तिथून निघून गेले. पुढील तीन दिवस गदाधर अखंड ध्यानावस्थेत बसले होते. अधूनमधून तोतापुरी महाराज ध्यानस्थ गदाधरला पाहण्यासाठी येत आणि काही वेळ थांबून पुन्हा परत जात असत.

हृदयरामने जेव्हा हे पाहिले, की गदाधर एका झाडाखाली बसून काहीही न खाता-पिता तीन दिवसांपासून सलग अखंड ध्यानसाधना करत आहेत, तेव्हा त्याला त्यांची काळजी वाटू लागली. तो लगेच तोतापुरी महाराजांकडे जाऊन त्यांना विचारू लागला, 'महाराज, आपण हे काय केलं? पुजाऱ्यांनी तीन दिवसांपासून काहीही खाल्लेलं-प्यालेलं नाही. त्यांना काही झालं तर...? आपण असा काहीतरी उपाय करा, जेणेकरून त्यांचं बरं-वाईट होऊ नये, त्यांचा मृत्यू होऊ नये.' हे ऐकून महाराज लगेच उठले आणि ध्यानस्थळी येऊन गदाधरच्या ध्यानावस्थेचे निरीक्षण करू लागले. त्यांची अवस्था पाहून त्यांना खूप आश्चर्य वाटले. कारण हा अनुभव प्राप्त करण्याकरिता त्यांना ३० वर्षांहूनही अधिक काळ लागला होता. मात्र, त्यांचा शिष्य गदाधरने तो केवळ तीन दिवसांत प्राप्त केला होता.

कित्येक दिवसांनंतर रामकृष्ण परमहंस यांनी आपल्या शिष्यांना याबाबत सांगितले, 'ज्या वेळी त्यांना निराकार अवस्थेचं दर्शन होत होतं, तेव्हा प्रथम तिसऱ्या नेत्राद्वारे त्यांना कालीमातेचं दर्शन होत होतं. त्या वेळी ते कालीमातेकडे पाहत होते; परंतु जेव्हा ते अंतिम अवस्थेत पोहोचले, तेव्हा जणू ते कालीमातेच्याच डोळ्यांद्वारे पाहू लागले. याचाच अर्थ, गदाधर आणि कालीमाता दोघंही एकरूप झाले होते. माथ्यावरील जखमेकडे लक्ष देता

देता ते शरीरापासून, जखमेपासून आणि वेदनेतूनही मुक्त झाले. ध्यानावस्थेत सर्व काही विलीन झालं. कालीमातेचं विस्तृत स्वरूप प्रकाशामध्ये परिवर्तित झालं आणि त्यातच ते हरवून गेले.' अशा प्रकारे त्यांनी निराकार अवस्थेच्या दर्शनाचे वर्णन केले.

गदाधरसारखा शिष्य मिळाल्याने तोतापुरी महाराज अकरा महिन्यांपर्यंत दक्षिणेश्वरला मुक्कामी राहिले होते. खरे तर ते कोणत्याही ठिकाणी जास्तीत जास्त दहा-अकरा दिवसांपर्यंतच राहत असत. त्यापेक्षा अधिक काळ ते कुठेही थांबत नसत. गदाधरच्या सहवासात घालवलेल्या या अकरा महिन्यांत त्या गुरू-शिष्याची एक अप्रतिम जोडी बनली.

गदाधरने गुरूंनी दाखवलेला मार्ग पूर्ण प्रामाणिकपणे स्वीकारला. ज्ञान प्राप्त करण्याची तीव्र शुभेच्छा जागृत होताच गुरूंद्वारे सांगितलेल्या ध्यानसाधनेत त्यांनी आपल्याकडून सर्वस्व ओतले. शिवाय, विशेष बाब अशी, की ज्ञानप्राप्तीनंतरसुद्धा गदाधर नियमितपणे मातेच्या मंदिरात जाऊन नित्य पूजापाठ करत असत, मातेच्या भक्तीत तल्लीन होत असत.

तोतापुरी महाराज कालीमातेच्या मंदिरात जाऊन गदाधरशी चर्चाही करत आणि गदाधर मंदिरात नेमके काय करत आहे, यावर ते लक्षही देत असत. त्यांना गदाधरचा भक्तिभाव पाहून खूप आश्चर्य वाटत असे. ते विचार करत, 'निराकाराचं दर्शन झाल्यानंतरही कोणी अशी भक्ती कशी करू शकतं?' परंतु गदाधरमधील निष्कपट, निरागस भक्ती पाहून तोतापुरी महाराजांच्या विचारांतही परिवर्तन घडले. यापूर्वी ते अशा रीतीने केल्या जाणाऱ्या पूजाविधींना, कर्मकांडांना केवळ एक प्रकारचे ढोंगच समजत होते. जेव्हा कोणत्याही तीर्थस्थानावर जाऊन लोक पूजाअर्चा करतात, तेव्हा कित्येक लोक असा ग्रह करून घेतात, हा सर्व ढोंगीपणा आहे... अशा प्रकारे पूजाविधी करणारा पुजारी भक्तीच्या नावाखाली भाविकांकडून पैसे लुबाडत आहे. मात्र, तोतापुरी महाराजांना, गदाधर हा काही असा पुजारी नाही, जो पैशांसाठी, लोभासाठी मातेची भक्ती करतो, हे कळून चुकले. ते खरे गुरू होते, त्यामुळे त्यांनी याविषयी चिंतन-मनन केले, जेणेकरून गदाधरच्या भक्तीद्वारेच त्यांना निराकाराच्या पुढचा संकेत प्राप्त झाला. गदाधरच्या भक्तीला निराकाराचे ज्ञान मिळाले आणि तोतापुरी महाराजांच्या ज्ञानाला भक्तीची जोड मिळाली, जी यापूर्वी त्यांच्यामध्ये नव्हती. खरे तर ही आश्चर्याची बाब होती. अकरा महिन्यांच्या कालावधीनंतर तोतापुरी महाराज पूर्णता प्राप्त करूनच तिथून निघाले. जाण्याअगोदर त्यांनी गदाधरला, 'रामकृष्ण परमहंस'.ही उपाधी प्रदान करूनच तेथून प्रस्थान केले!

■

११

प्रत्येक मार्गाने सत्यप्राप्ती

रामकृष्ण परमहंस यांच्या जीवनातील एक अतिशय महत्त्वाची क्रिया म्हणजे, प्रत्येक मार्ग अनुसरून सत्य प्राप्त करणे. आजपर्यंत या पृथ्वीतलावर जितके म्हणून महापुरुष झाले, ते सर्व आपापल्या काळाच्या गरजेनुसारच झाले आहेत. रामकृष्ण परमहंसांच्या काळात लोक जाती-धर्मांच्या भेदभावातच अडकून राहत. अमुक एक मार्ग श्रेष्ठ आहे अथवा अमुक मार्ग हीन दर्जाचा आहे, अशा विचारांतच ते भरकटले होते. अशा वेळी रामकृष्ण परमहंस यांनी हे सिद्ध केले, की प्रत्येक मार्गाचा शेवट हा सत्यानेच होत असतो आणि अंतिम सत्य हे कोणत्याही मार्गावर वाटचाल करून प्राप्त करता येऊ शकते.

रामकृष्ण परमहंस जाणत होते, मातेची इच्छा असेल, तेच घडणार आहे आणि मातेची इच्छा नसेल, तर ती गोष्ट कोणत्याही परिस्थितीत होणार नाही. त्या वेळी जे लोक त्यांच्या आवतीभोवती असत, ते सर्वसाधारणपणे, 'मी खूप परिश्रम करतो, त्यामुळेच तर माझी सर्व कामं पूर्ण होतात,' असेच मानत असत. पण, त्यावर रामकृष्ण म्हणत, 'जर ईश्वरालाच वाटत नसेल, की तुमच्याकडून अमुक एक काम व्हावं आणि तरीही तुम्ही ते करू इच्छित असाल, तर अशा स्थितीत तुम्ही ते काम पूर्ण करू शकाल काय?' हे ऐकून लोक निरुत्तर होत असत. मग आपले विचारच चुकीचे होते, हे त्यांच्या लक्षात येत असे.

रामकृष्ण परमहंस जिथे-जिथे जात, तिथे एखाद्या व्यक्तीला पाहून म्हणत, 'या मनुष्यामध्ये असे काहीतरी आहे, जे अलौकिक आहे.' अन्य पंथांच्या समूहांप्रमाणेच ते

ब्रह्मसमाजामध्येही जात. तिथे जे लोक मार्गदर्शनपर भाषण करत, त्यांना ते प्रश्न विचारत, 'ईश्वराविषयी आपल्याला काय प्रचिती मिळाली आहे? याबाबतचा आपला अनुभव काय आहे? आपल्याला ईश्वराचं दर्शन कसं घडलं?' अशा प्रकारचे प्रश्न ते बहुतेकांना विचारत असत.

एका मुसलमानाशी भेट

रामकृष्ण परमहंसांनी परमअनुभवामध्ये स्थापित (स्थिर) झाल्यानंतर वेगवेगळे प्रयोग करून पाहिले. जसे, त्यांनी मुस्लीम धर्ममार्गाचे अनुकरण करून पाहिले. कारण त्यांचा परमेश्वर म्हणजेच अल्लाह कसा आहे, हे त्यांच्याच पद्धतीने अनुभव प्राप्त करून पाहता यावा, समजून घेता यावा.

त्यांची भेट सूफी पंथानुसार आचरण करणाऱ्या गोविंद राय नावाच्या मनुष्याशी झाली. सूफी पंथ स्वीकारण्यापूर्वी गोविंद राय हे क्षत्रिय होते. रामकृष्णांनी गोविंद राय यांनादेखील विचारले, 'सूफी धर्मतत्त्वं आचरल्याने आपणास काय अनुभव आला?' गोविंद राय यांनी आपल्या पद्धतीने त्यांना आलेल्या अनुभवांविषयी सांगितले, 'आम्ही आता अमुक एका पद्धतीनं प्रार्थना करत असतो... अमुक प्रकारची वस्त्रं धारण करतो... अमुक पद्धतीची टोपी वापरतो... गोल गोल फिरतो... वगैरे.' हे सर्व ऐकून रामकृष्ण म्हणाले, 'मलासुद्धा असंच करायचं आहे.' मग ते मुसलमानांप्रमाणे टोपी वापरू लागले, दाढी वाढवली, नमाज पढू लागले, 'अल्लाह अल्लाह' म्हणू लागले. त्यादरम्यान कालीमातेचे नावही कधी त्यांच्या जिभेवर येत नसे.

आता मंदिरात येणाऱ्या भाविकांची संख्या वाढू लागली होती. त्यांच्यापैकी जे लोक रामकृष्णांच्या तोंडून अल्लाहचे नाव ऐकत, ते त्रस्त होत असत आणि मग याविषयी आपापसांत तऱ्हेतऱ्हेच्या चर्चा करत. हे सर्व पाहून हृदयरामला चिंता वाटू लागली, 'जर रामकृष्णच अल्लाहचे नाव घेऊ लागले, तर लोक त्यांना नक्कीच वेडा समजतील.' हे पाहून अक्षय यांनी हृदयरामला समजावत म्हटले, 'चिंता करू नकोस. ज्या पद्धतीने तू कालीमातेच्या नामस्मरणाचा जप करतोस, अगदी तशाच पद्धतीने रामकृष्णदेखील अल्लाहच्या नावाचा जप करत आहेत. त्यामुळे तू स्वतःला त्रास करून घेऊ नकोस, तर पुढे काय घडत आहे, हे फक्त पाहत राहा.' खरे तर रामकृष्ण आगामी काही कालावधीपर्यंत अल्लाह-अल्लाह म्हणत त्याच भावावस्थेत राहू इच्छित होते. काही दिवसांनंतर त्यांनी हृदयरामला सांगितले, 'मला मांस खायचं आहे.' हे ऐकून तर हृदयरामला अतिशय क्रोध आला. त्याला प्रश्न पडला, 'एका ब्राह्मण कुटुंबात जन्म झालेला हा मनुष्य मुसलमानांप्रमाणे मांस खाण्याची इच्छा का करतोय?' यामुळे आयुष्यात काही परिवर्तन

होणार आहे का, या गोष्टी ते पाहू इच्छित होते. कारण इतर सर्व मार्गांप्रमाणेच त्यांना हा मार्गदेखील पूर्णपणे आचरणात आणून पाहण्याची इच्छा होती. त्यात ते यशस्वीही झाले आणि पुन्हा पहिल्याप्रमाणेच कालीमातेच्या भक्तीत लीन झाले.

एका ख्रिश्चनाशी भेट

एके दिवशी रामकृष्ण यांची भेट मलिक नावाच्या एका मनुष्याशी झाली, जो ख्रिस्ती धर्म आचरत असे. त्याच्या घरी त्यांनी येशू ख्रिस्ताची काही चित्रे पाहिली, ज्यात एक लहान मूल आपल्या आईच्या कुशीत होते. ते चित्र पाहताच रामकृष्ण भावसमाधिवस्थेत गेले. समाधीनंतर त्यांनी येशूंविषयी माहिती मिळवण्याची इच्छा व्यक्त केली. ते ऐकून मलिक म्हणाला, 'येशूंविषयी माहिती करून घेण्यासाठी आपल्याला बायबल वाचावं लागेल.' त्यावर रामकृष्ण म्हणाले, 'मी तर अल्पशिक्षित आहे. तुम्हीच मला एकेक करून बायबलमधील सर्व अध्याय ऐकवलेत तर बरं होईल.' त्यानंतर ते दररोज मलिकच्या घरी बायबल ऐकण्याकरिता तोपर्यंत जात होते, जोपर्यंत त्यांना येशूंची चेतना जाणवली नाही.

रामलल्लाची सेवा आणि भक्ती

आपण जर चेतनेला जाणून घेऊ इच्छित असाल, तर प्रथम त्या चेतनेशी आपल्याला एकरूप होऊन त्यात प्रवेश करावा लागेल. एका बालकाच्या रूपात रामकृष्ण यांनी श्रीरामाची भक्ती केली होती. त्या वेळी काही लोक असेही होते, जे श्रीरामाच्या बालरूपाला ईश्वर मानून त्याची आराधना करत असत. त्याला ते रामलल्ला म्हणत असत. जेव्हा रामकृष्णांना समजले, रामलल्लाची सेवा केल्याने त्यांच्यात भक्तिभाव जागृत होऊ शकेल, तेव्हा त्यांनी तेही करून पाहिले. याविषयीचा आपला अनुभव सांगताना ते म्हणाले, 'मला सीतामातेचं दर्शनसुद्धा झालं आहे.'

स्वतःला स्त्री समजून भक्ती

बंगालमध्ये एक असाही संप्रदाय आहे, ज्यातील लोक स्वतःला स्त्री समजतात. तिथे पुरुषसुद्धा स्त्रियांप्रमाणेच रूप धारण करून कृष्णाच्या प्रेमिकांच्या स्वरूपात राहतात. रामकृष्णांनी या संप्रदायाचेसुद्धा अनुकरण केले आणि महिलांसारखीच वेषभूषा करून स्त्रीरूप धारण केले.

इथे महत्त्वाची गोष्ट ही, की जेव्हा मनुष्याला सत्याची जाणीव होते, तेव्हा तो कोणत्याही साधनामार्गाने गेला, तरीही अंतिमतः त्याला एकच प्रचिती येते. मग तो मार्ग ध्यानमार्ग असो अथवा जपमार्ग किंवा ख्रिश्चनांचा प्रार्थना मार्ग. हे सर्व मार्ग आपल्याला एकाच परम अनुभवाकडे घेऊन जात असतात. त्यामुळेच प्रत्येक धर्ममार्गाचे अनुकरण

करून रामकृष्णांनी त्या-त्या पद्धतीने साधना केली. आपण सत्यप्राप्तीच्या या प्रवासात कोणत्याही मार्गाचा अवलंब केला तरी आपल्याला त्याच एका परम अनुभवाची प्राप्ती होईल. एकदा का ही गोष्ट मनुष्याला समजली, तर त्याच्या मार्गातील सर्व अडचणी दूर होऊ लागतात.

रामकृष्णांनी सत्याकडे घेऊन जाणाऱ्या प्रत्येक मार्गावर वाटचाल केली. खरे तर स्वानुभव प्राप्त झाल्यानंतर त्यांना या सर्व गोष्टी करत बसण्याची काहीच आवश्यकता नव्हती. परंतु ज्या पद्धतीने आत्मसाक्षात्कारी महापुरुष वेगवेगळी अभिव्यक्ती आणि वेगवेगळे कार्य करत असतात, त्याच पद्धतीने रामकृष्णसुद्धा अभिव्यक्ती करत होते, इतरांसाठी निमित्त बनत होते. परंतु, सामान्यपणे सर्वसाधारण लोक ही गोष्ट समजू शकत नाहीत. त्यामुळेच रामकृष्णांना खरोखर काय अनुभव आले, याबाबत कुठेही नोंद झाली नाही. लोकांना केवळ वरवरचे जितके दिसते, तितक्याच गोष्टींची नोंद होत असते. जसे, 'रामकृष्णांनी स्त्रियांसारखे कपडे नेसून, त्याप्रमाणे राहायला सुरुवात केली.' खरे तर त्यांच्यासाठी ती केवळ एक अभिव्यक्ती होती. कारण जो अनुभव त्यांना प्राप्त करायचा होता, तो त्यापूर्वीच प्राप्त झाला होता. त्यांनी प्रत्येक प्रकारे कर्मकांड करून पाहिले, ज्यायोगे जी गोष्ट त्यांना ज्ञात झाली आहे, ती प्रत्येक मार्गावर प्राप्त करता येऊ शकते, हे फक्त निश्चित करायचे होते.

प्रत्येक धर्माद्वारे एकच अनुभव

रामकृष्णांना, एकदा स्वानुभवाची प्राप्ती झाल्यानंतर त्याचे विस्मरण होऊ शकत नाही, याची खातरी पटली होती. सर्व धर्म अथवा सर्व मार्ग एकमेकांहून कितीही भिन्न असले, तरी अनुभव हा एकच असतो. प्रत्येक धर्म चोखाळून एकच अनुभव प्राप्त होत असतो. धर्मांतर केल्याने अनुभव बदलत नाही. आत्मसाक्षात्कार प्राप्त झालेल्या महापुरुषांनी लोकांना वाईट वाटू नये यासाठी केवळ त्यांच्यावरील प्रेमामुळेच वेगवेगळ्या प्रकारची कर्मकांडे केली. कारण त्यांना कर्मकांडांचे महत्त्व माहीत होते. त्यांना याचीही जाणीव होती, की जर एखाद्या माणसाला कर्मकांडांची गरज भासत नसेल, तर इतरांनादेखील त्यांची गरज भासणार नाही, असे नव्हे. कित्येकदा अशा कर्मकांडांमुळेच मनाची एकाग्रता साधली जाऊन भक्तिभाव जागृत होण्याची शक्यता निर्माण होते.

कित्येकदा लोक आपल्या मुलांना काही कर्मकांड करायला शिकवत असतात, तेव्हा मुलांबरोबर ते स्वतःही ती कर्मकांडे करतात. जसे, मुलाची परीक्षा जवळ आली असेल आणि त्यासाठी त्याने अभ्यास करणे आवश्यक असेल, तर कित्येकदा त्याचे वडीलही आपल्या ऑफिसमधील काही फायली घेऊन त्याच्यासोबत बसतात. कारण

मुलाला केवळ तो एकटाच अभ्यास करत आहे, असे वाटू नये. मुलाबरोबर बसून वडील आपले काम करत असतात आणि मूल आपला अभ्यास करत असते. खरे तर त्या वेळी वडिलांना आपले ऑफिसमधले काम करण्याची काहीच आवश्यकता नसते. पण केवळ आपल्या मुलासाठीच त्यांना तसे करावे लागते.

यावरून आपल्या लक्षात येऊ शकते, की भलेही कर्मकांडांची काही गरज नसेल; परंतु लोकांना एकाग्र करून त्यांना काही गोष्टी शिकवता याव्यात, यासाठी कर्मकांडे बनवली गेली आहेत. रामकृष्णांनासुद्धा भिन्न-भिन्न मार्गांनी सत्यप्राप्ती करण्याची काहीही आवश्यकता नव्हती; परंतु तरीही त्यांनी तसे केले, कारण लोकांच्या कल्याणासाठी, त्यांना सत्याच्या मार्गावर आणण्यासाठी ते काही काम करू इच्छित होते. आपल्या या पद्धतीने त्यांनी लोकांना हाच संदेश दिला, 'मी या सर्व मार्गांनी जाऊन पाहिले, वेगवेगळ्या धर्मतत्त्वांचे अनुकरण करून पाहिले, प्रत्येक धर्माद्वारे, प्रत्येक मार्गाने मला तेच सत्य गवसले, जे आधीच मला प्राप्त झाले होते. त्यामुळे धर्माधर्मांत भेदभाव करणे सोडून द्यायला हवे.' 'रामकृष्णांनी आमचा धर्ममार्ग– आमचा साधनामार्ग अवलंबला होता,' हे जाणून लोकांना आनंद होतो. त्यातूनच मग प्रेरणा घेऊन लोकसुद्धा सत्याच्या मार्गावर वाटचाल करायला सुरुवात करतात.

रामकृष्णांना कोणतेही दु:ख नव्हते, तरीही त्यांनी उपवास केले, मुसलमानांसारखे रोजे ठेवले. सत्यप्राप्तीनंतरसुद्धा त्यांनी हे सर्व काही केले. कारण त्यांच्यासाठी हे कोणते कर्मकांड नव्हते, तर केवळ एक आनंद होता, अभिव्यक्ती होती. त्यांनी प्रत्येक कर्मकांडाकडे केवळ एक अभिव्यक्ती म्हणूनच पाहिले, त्यामुळेच ते कधी त्यात गुंतले नाहीत. लोकांना यापासून परम लाभ प्राप्त व्हावा, केवळ हाच एकमेव उद्देश होता.

■

१२

प्रापंचिक लोकांकरिता भक्तिसूत्र

सन ऑफ गॉडेस म्हणजे देवीमातेचा पुत्र
सर्च ऑफ गॉड म्हणजे ईश्वराचा शोध
सेन्स ऑफ गॉड म्हणजे ईश्वराची जाणीव
सायन्स ऑफ गॉड म्हणजे ईश्वराचे विज्ञान

वरील ओळी वाचताच आपल्या मनामध्ये जे विचार येतात, अथवा ईश्वराच्या अस्तित्वाचा शोध हे वाचून आपल्या मनामध्ये जे चित्र उमटू लागते, तिथूनच सत्यप्राप्तीची सुरुवात होत असते. सेन्स ऑफ गॉड हे शब्द वाचून आपल्या अंतरंगात कोणता आभास निर्माण होतो, त्याकडे जाणीवपूर्वक लक्ष द्या. सायन्स ऑफ गॉड हे शब्द वाचून ईश्वराविषयीचे विज्ञान कसे असेल याचा विचार करा. ईश्वरी विज्ञान हे आपल्या शास्त्रज्ञांच्या विज्ञानाशी मिळतेजुळते असेल, की ते समजून घेण्यासाठी चेतनेच्या एका वेगळ्याच अवस्थेची गरज असते? या व्यतिरिक्त आणखी एक शब्द आहे 'सन ऑफ गॉड' म्हणजे ईश्वराचा पुत्र. हे वाचताच आपल्या नजरेसमोर त्वरीत जीजसची प्रतिमा येईल. अगदी त्याचप्रमाणे 'सन ऑफ गॉडेस'चा अर्थ आहे, देवीमातेचा पुत्र, म्हणजेच रामकृष्ण परमहंस!

एकदा काही बुद्धिवादी, तर्कशास्त्री आणि संस्कृत श्लोकांचे ज्ञाते असलेल्या पंडितांनी रामकृष्णांना प्रश्न विचारला, 'ज्ञाता, ज्ञान आणि ज्ञेय यांच्यात काय फरक

आहे?' त्यावर ते म्हणाले, 'भल्या माणसांनो, मला या शब्दांचं काहीच ज्ञान नाही. मला तर केवळ दोनच गोष्टी माहीत आहेत : एक म्हणजे, मी मातेला जाणतो आणि दुसरी गोष्ट म्हणजे मी मातेचा पुत्र आहे, याची मला खातरी आहे. बस्स! इतकंच मी जाणतो.'

त्यानंतरही अशा प्रकारचे अनेक लोक येऊन त्यांना नाना प्रकारचे प्रश्न विचारत. कारण त्यांना रामकृष्णांच्या भक्तीविषयी अथवा त्यांच्या वक्तव्यामागील भावाविषयी जाणून घेण्याची इच्छा असे. परंतु, रामकृष्णांना जर समजून घ्यायचे असेल, तर त्याची केवळ एकच योग्य पद्धत आहे आणि ती म्हणजे त्यांच्या चेतनेच्या स्तरावर जाऊन त्यांना समजून घेणे.

ईश्वराला मायेपासून वेगळे करा

दूध आणि पाणी यांना एकमेकांतून विलग करण्याची कला तर फक्त हंस पक्ष्यालाच अवगत असते. त्याच्यासाठी ठेवलेल्या पात्रातून तो फक्त दूध पितो आणि पाणी मात्र तसेच ठेवतो. ज्याप्रमाणे दुधात पाणी एकरूप झालेले असते, त्याचप्रमाणे ईश्वरदेखील मायेत, संसारात एकरूप झालेला आहे. आता त्यालाच या मायेपासून वेगळे करायचे आहे, असे रामकृष्ण म्हणत. पृथ्वीतलावर ही कला खूपच कमी लोकांना साध्य झालेली असते. ते ईश्वराला मायेपासून वेगळे करून त्याच्या भक्तिसुखाचा आनंद उपभोगत असतात. आपणसुद्धा ही कला शिकायला हवी.

या जगात मायेच्या आधिपत्याखाली राहत असतानाच काळाबरोबर आपल्याला स्वत:मध्ये काही सद्गुण विकसित करायचे आहेत. ज्यांच्या साहाय्याने आपण मायेच्या प्रभावाखाली राहत असतानाही ईश्वराचा शोध (सर्च ऑफ गॉड) घेऊ शकाल. ईश्वरी भावभक्तीची अनुभूती (सेन्स ऑफ गॉड) घेऊ शकाल. ईश्वरी विज्ञानाचा (सायन्स ऑफ गॉड) प्रसार करू शकाल. त्यानंतरच आपण ईश्वराचा अंश (सन ऑफ गॉड) आणि देवीमातेचे पुत्र (सन ऑफ गॉडेस) असलेले महात्मे चेतनेच्या ज्या अवस्थेत असतात, ती भावावस्था प्राप्त करू शकाल. भक्तीच्या आधारे भक्तीचे भक्त बनून आपण सत्याच्या मार्गावर अग्रेसर व्हावे, केवळ याचसाठी प्रस्तुत पुस्तकाद्वारे आपल्याला संकेत दिले जात आहेत.

आपल्या जीवनातील भक्तीची भूमिका आणि भक्तीचे सूत्र जेव्हा आपल्या लक्षात येईल, तेव्हाच आपण या मायेच्या प्रभावापासून स्वत:चा बचाव करू शकाल. अन्यथा, प्रापंचिक लोकांना तर सत्यमार्ग आचरणात आणून सत्यप्राप्ती करणे, केवळ अशक्यप्रायच वाटते. प्रापंचिक लोकांमध्ये काही विचार अगदी ठामपणे रुजलेले असतात, त्यामुळेच ते सत्यमार्गावरून चालण्यासाठी डगमगत असतात. जसे, एक प्रापंचिक मनुष्य सत्यप्राप्ती

कशी बरे करू शकेल... त्याच्यावर किती जबाबदाऱ्या असतात... हल्लीच्या काळात तर हे शक्यच होणार नाही... इत्यादी. परंतु रामकृष्ण परमहंस हेदेखील एक संसारीच होते, तरीही ते सत्याच्या मार्गावर निष्ठेने निरंतर चालत राहिले.

रामकृष्णांनाही विचारले होते, 'कौटुंबिक मनुष्याला सत्यप्राप्ती कशी साध्य होऊ शकते?' तेव्हा त्यांनी अशा लोकांसाठी भक्तीचे एक सूत्र दिले, 'आपण आपला एक हात ईश्वराच्या हातात द्या आणि दुसऱ्या हाताने आपली नित्यकर्मं करत राहा. दिवसाच्या शेवटी जेव्हा आपली सर्व कामं संपतील, तेव्हा आपला दुसरा हातही ईश्वराच्या हाती सोपवा.' या सूत्रावर सखोल विचार केला, तर मनुष्याच्या चेतनेचा एक भाग ईश्वरभक्तीत लीन झालेला असतो. तो आपल्या तेजस्थानावर (हृदयावर) आपल्या स्वानुभवावर स्थापित असतो. मात्र त्याच वेळी चेतनेच्या दुसऱ्या भागाद्वारे तो आपली प्रापंचिक नित्यकर्मेही करत असतो. ही प्रापंचिक नित्यकर्मे न सोडता भक्तिसाधनाही करत राहायला हवी. हे अगदी सहज शक्य आहे. उपलब्ध वेळेचा योग्य उपयोग करून मनुष्य हे सहज साध्य करू शकतो. दिवसभरातील सगळी नित्यकर्मे उरकल्यावर तो संपूर्णपणे ईश्वराला समर्पित होऊ शकतो.

मनुष्याला जेव्हा आपल्या जीवनाचे उद्दिष्ट समजते, तेव्हा तो अगदी सहजपणे या भक्तिसूत्रानुसार कार्य करू लागतो. पण, उद्दिष्टच जर माहीत नसेल, तर तो विनाकारणच आपला व्याप वाढवतो. त्यामुळे तो आपला एक हात ईश्वराच्या हातात देऊ शकत नाही. परंतु, ज्याच्याकडे बहाणेबाजी करण्यासाठीही वेळ उपलब्ध नसतो, त्याच्यासाठी पुढील मार्ग आपोआपच प्रशस्त होत असतो. रामकृष्णांनी प्रापंचिक लोकांना ज्ञान देताना म्हटले, 'आपल्या नातेवाइकांशी असं वर्तन करा, जसं आपलं त्यांच्यावर अतिशय प्रेम आहे. परंतु त्याच वेळी मनामध्ये, तुमचा कोणताही नातेवाईक हा तुमचा नाहीच, याचीही खूणगाठ बांधा'

भक्तीच्या या सूत्रालाच आपल्या जीवनाचे उद्दिष्ट बनवले, तर हा संसार अडसर ठरणार नाही... ना लग्न... ना मुलं... ना व्यवसाय... ना उपजीविका... कोणतीही गोष्ट बाधा बनणार नाही. मग मायेशी संबंधित जगातील कोणतीही गोष्ट आपल्याला भक्तिसाधनेपासून परावृत्त करू शकणार नाही. प्रत्येक दिशेने आपल्याला सदैव सहकार्यच मिळत राहील.

■

१३

भक्तीचे दोन प्रकार

निर्हेतुक भक्ती

भक्तिसूत्र समजून घेण्याबरोबरच आपल्याला रामकृष्णांद्वारे झालेली भक्तिसाधनाही समजून घ्यायची आहे, जी त्यांनी आपल्या शिष्यांना सांगितली. त्यांच्याकडे प्रापंचिक, संन्यासी, तरुण तसेच वृद्ध असे सर्व प्रकारचे शिष्य येत असत. रामकृष्णांनी त्या सर्वांना 'निर्हेतुक भक्ती'ची साधना दिली. निर्हेतुक भक्ती म्हणजे ज्यात कोणताही हेतू, उद्दिष्ट आणि कोणतीही योजना नसेल. हल्ली मनुष्य जे काही कार्य करतो, त्यामागे त्याची नक्की काहीतरी योजना असते. मनुष्याने कुणाची प्रशंसा जरी केली, तरी त्यामागे त्याचा नक्कीच काही उद्देश असतो. जसे, समोरच्या व्यक्तीची प्रशंसा केली, तर तो मनुष्य आपले काम लवकर पूर्ण करेल... सध्यातरी त्याला खूश ठेवण्यातच आपले कल्याण आहे... वगैरे. एकदा का आपले काम झाले, की मग प्रशंसा करणेही बंद होते. याला म्हणतात हेतूपूर्वक केलेली हेतुक भक्ती. म्हणजेच आपल्या इच्छापूर्तीसाठी केलेली भक्ती.

मात्र, एक खरा भक्त ईश्वराला सांगतो, 'तू माझ्यावर प्रेम कर अथवा करू नकोस, त्याने मला काही फरक पडणार नाही; पण मी मात्र तुझ्यावर प्रेम करतोय आणि करतच राहणार.' सामान्य मनुष्याची विचारपद्धती मात्र याहून भिन्न असते. तो विचार करतो, 'मी माझ्या भावावर, बहिणीवर, पतीवर, पत्नीवर, वडिलांवर अथवा आईवर प्रेम करतो, त्यामुळे त्यांनीही माझ्यावर प्रेम करायलाच हवं. मी प्रत्येक वर्षी माझ्या मित्राची

जन्मतारीख लक्षात ठेवून त्याला वाढदिवसाच्या शुभेच्छा देतो, तर मग त्यानेही माझी जन्मतारीख लक्षात ठेवलीच पाहिजे, मला शुभेच्छा दिल्याच पाहिजेत. जर तो असं करू शकत नसेल तर मग आमच्यातील दोस्ती संपली.' याचाच अर्थ मनुष्य केवळ प्रेमाच्या मोबदल्यात प्रेमच मागत नाही, तर मी जसं प्रेम करतो, तसंच समोरच्या व्यक्तीनेही करायला हवं, असंच त्याला वाटतं. इथे प्रत्येकाची प्रेम व्यक्त करण्याची स्वत:ची एक विशिष्ट अशी पद्धत असते, हेच मनुष्याला समजू शकत नाही.

जसे, कोणी प्रेमाने समोरच्याला स्नेहभोजन देतो, तर कोणी केवळ आदर व्यक्त करतो... कोणी पुष्पगुच्छ देतो, तर कोणी बसण्यासाठी उत्तम आसन (सेवा) देतो. या सर्व प्रेम व्यक्त करण्याच्याच पद्धती आहेत. अशा प्रकारे प्रेमाची कित्येक रूपे आहेत आणि ते व्यक्त करण्याची प्रत्येकाची पद्धतही वेगवेगळी आहे. पण 'मी प्रेम करतो, तसंच समोरच्या व्यक्तीनेही करायला हवं' असा जेव्हा मनुष्य अट्टहास करू लागतो, तेव्हा ते प्रेम सशर्त प्रेम बनते. खरे तर प्रेमामध्ये कोणतीही अट असू नये. जे प्रेम विनाअट असते, ते कधीच नष्ट होत नाही. असे प्रेम हे आपल्या रूपांतरणासाठीच व्यक्त होत असते.

एकाच घरातील सदस्यांची प्रेम व्यक्त करण्याची पद्धतही वेगवेगळी असते. त्यामुळेच अशा नात्यांमध्ये भांडणे, रुसवेफुगवेही होत असतात. परस्परांचे प्रेम कुणाच्या लक्षातच येत नाही. अशा कुटुंबांतील लोक, आमचे तुमच्यावर खूप प्रेम आहे, याची खातरीच देऊ शकत नाहीत. प्रत्येक सदस्य विचार करतो, 'जर समोरची व्यक्ती माझ्यावर खरंच प्रेम करत असती, तर तिने माझ्यासाठी काय काय केलं असतं... मी न सांगताच तिने माझं मन समजून घेतलं असतं... माझ्या गरजा तिच्या लक्षात आल्या असत्या.' समोरच्या व्यक्तीने स्वत:हूनच या सर्व गोष्टी समजून घेतल्या पाहिजेत, केवळ या एका अट्टाहासापायीच असे लोक कधी-कधी आयुष्यात आपल्या नातेसंबंधांपासून दुरावले जातात. आपण जो विचार करत आहोत, ती विचारपद्धतीच चुकीची आहे, हे अशा माणसांच्या कधी लक्षातच येत नाही. अशा चुकीच्या विचारपद्धतीमुळेच लोक ईश्वराच्या अस्तित्वाचा अनुभव (सेन्स ऑफ गॉड) घेऊ शकत नाहीत. कारण त्यांच्या आणि ईश्वराच्या दरम्यान अहंभावाची भिंत उभी राहते. अहंकार म्हणतो, 'माझी जशी अपेक्षा होती, तसं काहीच घडलेलं नाही... त्यामुळे मी आता अमुक अमुक काम कधीही करणार नाही... मी आता अशी भक्तीही कधीच करणार नाही... या भक्तीमुळे तर उलट माझं नुकसानच होत आहे... लोक मला वेडा समजू लागले आहेत...' माणसाच्या अशा विचारपद्धतीमुळेच तो कित्येकदा वास्तविक भक्ती म्हणजे काय, हेच ओळखू शकत नाही.

मनुष्य जेव्हा कोणत्याही योजनेशिवाय, कोणतीही अपेक्षा न बाळगता, निर्हेतुकपणे भक्ती करत राहतो, तेव्हाच त्याची भक्ती शुद्ध, सत्य (सात्त्विक) आणि निष्काम भक्ती ठरते. अशा भक्तीनेच त्याला ईश्वरप्राप्ती होते. रामकृष्णांद्वारे होत असलेली भक्ती बहुतेक लोकांना समजूच शकत नव्हती. त्यामुळेच त्यांचे वर्तन पाहून ते त्यांना वेडा समजू लागले होते. रामकृष्ण कोणत्या प्रकारचे वेडे आहेत हे पाहण्याची उत्सुकतासुद्धा त्या वेळी काही लोकांना असे. खरे तर ज्या थोड्याफार लोकांना त्यांच्या भक्तीचे मर्म समजू शकत होते, असे लोक त्यांच्याशी संवादही साधत असत. त्यामुळेच तर त्यांना, रामकृष्णांविषयी आपण जो विचार करत होतो, वास्तवात तसे काहीच नाही. उलट त्यांच्यात असे काही दडलेले आहे, जे आपल्या आकलनापलीकडचे आहे, हे उमगले होते.

ते नित्य निरंतर निर्हेतुक भक्तिसाधना करत असत. त्यांचे शिक्षण जेमतेमच झालेले होते, त्यामुळे ते संस्कृत अथवा इतर कोणत्याही भाषा जाणत नव्हते. ते नेहमी आपल्या साध्या-सोप्या भाषेतच ईश्वराविषयी लोकांना सांगत असत. पण कित्येक लोकांना त्यांचे असे बोलणे वेडेपणाचे लक्षण वाटे.

लोक त्यांना विचारत, 'ईश्वर साकार आहे की निराकार?' तेव्हा रामकृष्ण त्यांना उत्तर देत, 'ईश्वर साकारही आहे आणि निराकारही. दोन्ही आहे आणि दोन्हीही नाही. जेव्हा ईश्वर साकार अथवा निराकार नसतो, तेव्हा तो जे असतो, तीच अवस्था तो (ईश्वर) कसा आहे, हे सांगू शकतो.' त्यांच्याकडून मिळालेले अशा प्रकारचे उत्तर म्हणजे खरे तर निराकाराच्या पुढील अवस्थेचा एक प्रकारे संकेतच असे. पण त्या काळातील लोक त्यांचा हा संकेत पूर्णपणे समजू शकले नाहीत. ईश्वराच्या उच्चतम अवस्थेविषयी केवळ संकेतच दिले जाऊ शकतात, त्याहून जास्त काही सांगता येत नाही. निराकाराच्या पुढचे रहस्य समजून घेण्यासाठी मनुष्याने ती अवस्था, ती चेतनाच प्राप्त करायला हवी.

सोमट भक्ती

रामकृष्णांकडे अनेक प्रकारचे लोक येत असत. त्यात सुशिक्षित तसेच ब्राह्मोसमाजच्या सदस्यांपैकीही काही असत. सुरुवातीला लोकांचे काही मूलभूत प्रश्न असत. जसे, 'ईश्वराविषयी आपलं मत काय आहे? आपल्या अनुभूतीनुसार आपण ईश्वराचं दर्शन कसं करू शकलात? आपण ईश्वराला कसं पाहता? वगैरे...'

खरे तर त्या लोकांच्या मनात या सर्व प्रश्नांची उत्तरेही आधीपासूनच तयार असत. ते केवळ रामकृष्णांकडून मिळालेली उत्तरे आपल्या उत्तरांशी जुळवून बघत. म्हणजेच जर दोघांचेही उत्तर एकसारखेच निघालं, तर त्या लोकांना वाटायचे, आपण अगदी योग्य अशा मनुष्याकडे आलो आहोत. त्या उत्तरांत जर काही तफावत असेल, तर अशा

लोकांना वाटायचे, आपण चुकीच्या व्यक्तीकडे आलो आहोत. वस्तुतः लोकांची विचारपद्धती अशीच असते. रामकृष्ण अशा लोकांना हेच सांगत, 'ईश्वर साकार असो अथवा निराकार, आपल्याला जसं त्याचं स्वरूप मानायचं असेल तसं माना; पण आपण जे काही मानाल, त्यावर शंभर टक्के दृढतापूर्वक विश्वास ठेवा.'

आपण जेव्हा पाण्याला सोमट म्हणजे थोडेसे कोमट करतो, तेव्हा त्यातून वाफा येत नाहीत. कारण वाफ तयार होण्यासाठी पाणी उकळणे गरजेचे असते. अगदी अशाच प्रकारे ईश्वराला प्राप्त करण्यासाठीही थोडेसे प्रयत्न अथवा थोडीशी भक्ती पुरेशी ठरत नाही. सोमट प्रयत्न अथवा यथातथा भक्तीने ईश्वरप्राप्ती होऊ शकत नाही. त्यासाठी भरपूर प्रयत्न आणि उच्च प्रतीची भक्ती असायला हवी. रामकृष्णांनी अशा यथातथा अथवा सोमट भक्तीला कधीच महत्त्व दिले नाही.

त्या काळी रामकृष्णांकडे काही तरुण शिष्य येत असत. त्यांच्याशी ते थेटच संवाद साधत. ते सांगत, 'आपल्याकडून जर सोमट भक्ती होत असेल, तर अशा भक्तीला काहीच अर्थ नाही, त्याने काहीच साध्य होणार नाही. मोहमायेतून मुक्त व्हायचं असेल, तर कठोर परिश्रम करावे लागतील. प्रबळ भक्ती जागृत करावी लागेल. आपल्याला जे मानायचं असेल ते माना; पण त्यात दृढता ठेवा. अन्यथा, मनुष्याला ही गोष्ट लक्षातच येत नाही, की एखाद्या गोष्टीवर निष्ठा ठेवणं, ही त्याची एक प्रकारची बहाणेबाजीसुद्धा असू शकते.' आपल्याकडून अशा प्रकारे होणारा थेट उपदेश ऐकून एखादा शिष्य सत्याचा मार्गच सोडून देईल, अथवा ईश्वरप्राप्तीची आशाच हरवून बसेल, अशी चिंता रामकृष्णांना कधीच वाटली नाही. ते स्पष्ट शब्दांत बोलत असत. जे लोक त्यांचा उपदेश समजू शकत, केवळ तेच ज्ञानप्राप्ती करून पुढे-पुढे जात होते.

■

१४

रामकृष्णांद्वारे ईश्वराची प्रशंसा

रामकृष्ण ईश्वराची प्रशंसा करताना म्हणत, 'सत्-चित्-आनंदरूपी वृक्षावर अनेकानेक राम, कृष्ण, ख्रिस्त (ईसा) बसलेले आहेत.' ते असे खातरीने सांगू शकले, कारण त्यांनी सर्वधर्मीयांची साधना केलेली होती. त्यांच्या मते, या वृक्षावरील अनेक राम-कृष्ण-ख्रिस्तांपैकी दोन-चार जरी या पृथ्वीवर अवतरले, तरी आध्यात्मिक क्रांती घडू शकते. जरा विचार करा, दोन-चार अवतरल्याने जर इतका परिणाम साधू शकतो, तर मग सर्वच अवतरले तर काय होईल? जसे, पाण्याने विहिरीचा तळ गाठलेला असतो, तेव्हा त्याला उपसण्यासाठी खूपच परिश्रम घ्यावे लागतात. पण, पाऊस पडू लागतो, तेव्हा आपोआपच सगळीकडे पाणीच पाणी होते. अशाच प्रकारे सत्-चित्-आनंदरूपी वृक्षावरील सर्व अवतार पृथ्वीवर अवतरले तर कृपा आणि ज्ञान यांचा वर्षाव होईल. मग जिकडे पाहाल तिकडे ईश्वरच दिसेल. ईश्वराशिवाय दुसरे काहीच असू शकणार नाही. अशा प्रकारे रामकृष्ण ईश्वराची आराधना अनोख्या पद्धतीने करत असत.

एकदा ते आजारी पडले. तरीसुद्धा त्यांनी सत्संग करणे बंद केले नाही. वैद्यांनी विचारले, 'आपण अधिक वेळ मौनात का राहत नाही?' त्यावर त्यांनी उत्तर दिले, 'मी केवळ एकाच पद्धतीने ईश्वराची आराधना, त्याची आळवणी, त्याची स्तुती का करावी? मी तर ईश्वराचं गुणगान गाऊन, नाचून, हसून, रडून सेवा-सत्संग करून आणि मौन समाधीद्वारेही करू इच्छितो.'

अशा स्थितीत ईश्वराची आराधना करणे म्हणजे नेमके काय? रामकृष्ण ईश्वराची इतकी प्रशंसा का करत असत? त्यांनी असे काय प्राप्त केले होते, ज्यामुळे ते आयुष्यभर ईश्वराची अखंड स्तुती करत राहिले... असे असंख्य प्रश्न आपल्याला पडू शकतात.

रामकृष्णांनी ईश्वरस्तुतीविषयी आपल्या विशिष्ट भाषेत सांगितले, 'भक्तासाठी भक्ती आणि ईश्वराचे गुणगान करण्याची सवय ही जणू खाजेसारखीच असते.' आपण जितके खाजवत राहाल, तितके अधिकाधिक खाजवण्याची इच्छा अनावर होते. अगदी अशाच प्रकारे भक्तसुद्धा ईश्वराची भक्ती आणि त्याची स्तुती अखंडपणे करू शकतो. हा रामकृष्णांचा स्वानुभव होता. ईश्वराच्या निराकार आणि साकार स्वरूपाविषयी ते म्हणत, 'मनुष्य जसा कधी वस्त्र धारण करतो, तर कधी वस्त्रांशिवायही असतो, अगदी अशाच पद्धतीने ईश्वरसुद्धा कधी सगुण साकार, तर कधी निर्गुण निराकार. इथे रामकृष्णांच्या शब्दांत न अडकता ते कोणत्या दिशेने संकेत देत होते, हे आपण लक्षात घ्यायला हवे.

महत्त्वाचा प्रश्न हा आहे, की अनुभव आपल्याला काय सांगत आहे! मी व्यक्तिस्वरूपात की भक्तस्वरूपात भगवंताची प्रशंसा करत आहे, मला हे मनोशरीर यंत्र का मिळाले आहे... मला ही इंद्रिये का मिळाली आहेत, यांचा सदुपयोग काय आहे, हे लक्षात घेऊन तर मी त्याची स्तुती करत नाही? हे निश्चित होईपर्यंत तो अभिव्यक्तीसाठी, महत्त्वाकांक्षांच्या पूर्ततेसाठी इंद्रियांचा वापर करतो. भक्त स्वत:साठी उदंड आयुष्य आणि निरामय आरोग्याची मनोकामना करतो. त्याला ईश्वराची अधिकाधिक भक्ती, स्तुती, गुणगान करण्याची इच्छा असते.

जसे, एखादा मनुष्य उलटी करून त्याच्या पोटात साचलेल्या सर्व पदार्थांना बाहेर टाकतो. मग उलटी करून पोट रिकामे केल्यानंतर पुन्हा आपल्या आवडीच्या पदार्थांचा आस्वाद घेतो. पुन्हा पोटात असंख्य पदार्थ टाकता यावेत, जणू ते गोडाऊनच आहे. आपल्याला हे वाचून नवल वाटेल; परंतु हे वास्तव आहे. या पृथ्वीतलावर असेही काही महाभाग आहेत, जे स्वादिष्ट पदार्थांचा पुन:पुन्हा आस्वाद घेता यावा यासाठी भोजन करून पुन्हा वमन (उलटी) करत असतात. त्यांच्या जीवनात खाण्याशिवाय इतर काही उद्दिष्टच नसते. ते फक्त खाण्यासाठीच जगतात. रामकृष्ण मात्र आपल्या गळ्याचा, आपल्या जिभेचा उपयोग परम उद्दिष्टप्राप्तीसाठीच करत राहिले. हे जाणून घेतल्यानंतरच त्यांच्या चेतनेचा स्तर किती उच्च होता, हे आपल्याला समजू शकेल.

रामकृष्णांचे जगणेच असे दर्शवायचे, की ते सातत्याने ईश्वराचे गुणगान करत असत. आजच्या युगातील मनुष्य आपल्या जीवनात परम उद्दिष्टप्राप्तीसाठी ईशस्तवन करतो, की वैयक्तिक महत्त्वाकांक्षांच्या जाळ्यात अडकून जीवनाचा अंत करतो? हा महत्त्वपूर्ण प्रश्न आहे. वास्तविक ईश्वराचे स्तवन जितके करू तितके कमीच आहे. जेव्हा हे स्तवन अनुभवप्राप्तीनंतर होते, तेव्हा त्यात कोणतेही कष्ट जाणवत नाहीत. अथवा 'मी हे काम करत आहे, मी अतिशय व्यग्र आहे,' अशी भावनाही तयार होत नाही. रामकृष्णांच्या जीवनातून प्रेरणा घेऊन स्वार्थाकडून परमार्थाकडे कसे जाता येते, त्यासाठी ईश्वराचे आभार कसे मानता येतात, ही गोष्ट आपण नक्कीच शिकू शकाल. ■

१५

भक्तीचा मानदंड

रामकृष्णांनी ईशस्तवन, भक्ती आणि भक्तिसूत्राची रहस्ये सांगितली. भक्तिसूत्रांबाबत सांगताना ते म्हणत असत, 'मी एक यंत्र आहे, तो यांत्रिकी आहे; मी घर आहे, तर तो माझ्या परिवाराचा सदस्य आहे. त्याच्या इच्छेनुसार सेवारत राहणं हा माझा अधिकार आहे!' खरे तर भक्तिसूत्रांबाबत सांगताना रामकृष्णांनी आपल्याच शब्दांत इतरांसमोर एक मापदंड ठेवला. आपण सर्वच वस्तूंना वेगवेगळ्या मापदंडांनी, परिमाणांनी मोजत असतो. जसे, पाण्याचे मोजमाप लीटरमध्ये, भाजी अथवा वाणसामान किलोमध्ये, फळे अथवा अन्य काही वस्तू डझनमध्ये; पण इतकी सारी परिमाणे उपलब्ध असतानासुद्धा काही गोष्टी मात्र तोलता येत नाहीत. भक्तीदेखील एक अशीच गोष्ट आहे. त्यासाठी रामकृष्णांनी आपल्या शब्दांत एक विशिष्ट मापदंड ठरवून दिला. 'ईश्वराचं नाव ऐकून ज्या मनुष्याच्या डोळ्यांत अश्रू येतात, याचाच अर्थ, त्या मनुष्याचा या पृथ्वीतलावरील हा अंतिम जन्म आहे,' असेच ते नित्य सांगत असत.

हे वाचूनही कदाचित काही लोकांचा यावर विश्वास बसणार नाही. अशा लोकांचे बुद्धिवादी मन यावर विश्वास ठेवणार नाही. पण, हीच गोष्ट जर एखाद्या विज्ञाननिष्ठ शास्त्रज्ञाने सांगितली, तर यावर कित्येकांचा लगेच विश्वास बसू शकेल.

खरे तर जेव्हा एखादा अल्पशिक्षित मनुष्य, ज्याला शब्दांचे खूपसे ज्ञान नाही, अशा गोष्टी सांगू लागतो, तेव्हा लोक सहजासहजी त्याच्या शब्दांवर विश्वास ठेवत

नाहीत, त्याने सांगितलेल्या गोष्टी स्वीकारत नाहीत. पण ज्यांना भक्तीचा अगाध महिमा ठाऊक आहे, जे स्वत: याची प्रचिती घेतात, अशा लोकांना मात्र ही गोष्ट नक्कीच समजू शकते. मात्र, जे लोक भक्तीच्या कसोटीवर पात्र ठरू शकत नाहीत, अशा लोकांसाठी रामकृष्णांनी सांगितले, 'लज्जा, घृणा आणि भय यांसारख्या भावना मनात खोलवर रुजलेल्या असताना तुम्ही समर्पणही करू शकत नाही आणि ईश्वरप्राप्तीही करू शकत नाही. कारण तुमच्या अंतरंगात काहीतरी स्थित्यंतर घडत राहतं. मग तुम्ही विचार करत राहता, लोक काय म्हणतील... माझे आप्तस्वकीय काय म्हणतील...!' असा मनुष्य आपल्या अंतरंगातील भीतीच्या छायेखाली झाकोळला जातो. त्याच्यात विचारतरंग उठू लागतात, 'जर मी मिळालेल्या आज्ञावलीनुसारच वागू लागलो, तर या व्यापाचं काय होईल... माझं काय होईल... लोक काय म्हणतील..!' आजचा मनुष्य हा अशा गोष्टींनीच त्रस्त आहे. जेव्हा मनुष्य संपूर्ण भावनेसह ईश्वरासमोर समर्पित होतो, त्याचा अहंकार विलीन होतो, तेव्हाच तो खऱ्या अर्थाने भक्त बनू लागतो.

भक्ताच्या तीन शक्ती

रामकृष्णांनी भक्ताच्या तीन विशिष्ट शक्तींचे वर्णन केले. त्यानुसार पहिली शक्ती आहे 'ज्ञान', ज्यामुळे ईश्वर ही आपली माता आहे, याचा बोध त्याला होतो. भक्ताची दुसरी शक्ती आहे, त्याचे 'अश्रू'. या आसवांनी घातलेली आर्त साद, ही त्याची शक्ती, बळ असते. भक्ताची तिसरी शक्ती आहे, त्याचा 'संतान भाव'. ही त्याची भावनात्मक शक्ती असते. मनुष्य जेव्हा ईश्वराला बालकाच्या आर्ततेने (तळमळीने) साद घालतो, तेव्हा त्याच्यासाठी ईश्वराला यावेच लागते. मातापिता बाहेर निघाले असतील, तर लहान मुले त्यांचा हात किंवा पाय धरून त्यांना थांबवण्याचा प्रयत्न करतात. त्यामुळे कित्येक वेळा त्या मातापित्यांस आपले नियोजन बदलून बालहट्टासाठी घरी थांबावेच लागते, हे तर आपण नेहमीच पाहत असतो. अशा प्रकारे भक्त जेव्हा लहान बालकाच्या निरागसतेने आणि निग्रहाने ईश्वराला साद घालतो, तेव्हा त्यालाही आपले नियोजन बदलावेच लागते.

कित्येक वेळा सत्संगात बसल्याबरोबर रामकृष्णांची समाधी लागत असे. अशा वेळी त्यांचे पाय कुणाच्या खांद्याला लागत, कुणाच्या छातीला लागत, अथवा कधी कुणाच्या पायावर पडत असत. कारण ते एका छोट्याशा जागेत सर्वांबरोबर सत्संग साधत असत. सत्संगास नव्याने येणाऱ्या ज्ञानी, विद्वज्जनांना मात्र रामकृष्णांची ही गोष्ट खटकत असे. एके दिवशी कोणीतरी त्यांना म्हणाले, 'समाधिवस्थेत गेल्यानंतर तुमचे पाय इतरांना लागतात, ही काही चांगली गोष्ट नाही.' हे ऐकून ते म्हणाले, 'अरेच्चा, असं आहे होय! खरं तर मला या गोष्टीची कल्पनाच नव्हती. समाधी लागल्यानंतर माझं

शरीर काय करतंय, याचं मला भानच राहत नाही, कारण मी तर एक यंत्र आहे आणि चालवणारा तो यांत्रिकी आहे. मी तर केवळ एक घर आहे, चालवणारा घरमालक तो आहे.' ते नव्या लोकांनाही ज्याच्या त्याच्या आकलनक्षमतेनुसारच उत्तरे देत असत, ही गोष्ट रामकृष्णांच्या या उत्तरावरून सहजच आपल्या लक्षात येऊ शकते. खरे तर लोक कित्येक वर्षांपासून त्यांच्या सत्संगास येत असत. रामकृष्ण कशा अवस्थेत आशीर्वाद देऊन ज्ञानदान करत असतात, हे त्यांना चांगलेच ठाऊक होते.

हे तर वेगवेगळ्या परिस्थितीत, वेगवेगळ्या अवस्थांतील सत्यशोधक साधकांसाठी सहज समजण्यासारखे भक्तिसूत्राचे उदाहरण आहे. त्यानुसार आपले शरीर हे एक यंत्र असून चालवणारा यांत्रिकी कुणीतरी वेगळाच आहे. भक्ताला हे यंत्र चालवणाऱ्याच्या आज्ञेनुसारच सेवा करण्याचा अधिकार प्राप्त होत असतो. कालीमातेने रामकृष्णांना हा अधिकार बहाल केला होता. रामकृष्णांच्या शिकवणुकीनुसार भक्ताने बालकभाव मनामध्ये ठेवून ईश्वराला साद घालायला हवी. कुठलेही कर्म करत असताना त्यात सेवाभाव असायला हवा. जोपर्यंत 'मी आणि तू'चा भाव आहे, तोपर्यंत मनुष्य अडखळत राहतो, दिशाहीनपणे भरकटतो. सेव्य म्हणजे ज्याची सेवा होत आहे तो आणि सेवक म्हणजे जो सेवा करत असतो तो. त्यातील त्याचा भावच मनुष्याला मुक्त करतो. ईश्वर आणि भक्त यांच्या दरम्यान सेव्य आणि सेवकाचे नाते असेल, तरच मुक्ती मिळू शकते.

■

खंड ४

रामकृष्ण परमहंसांची शिकवण

१६

ईश्वर साकार आहे की निराकार?

'ईश्वर साकार आहे की निराकार?' या प्रश्नाचे उत्तर शोधण्यातच मनुष्य भटकत राहतो, परंतु असा मनुष्य कधी सत्याच्या मार्गावर अग्रेसर होऊ शकत नाही. कारण, जोपर्यंत त्याला या प्रश्नाचे उत्तर मिळत नाही, तोपर्यंत तो पुढे जाऊ इच्छित नाही. अशा स्थितीत त्याच्या हे लक्षातच येत नाही, की त्याच्याकडून नेमकी काय चूक होत आहे? त्याने या प्रश्नालाच अजाणतेपणी पलायनाचा मार्ग बनवलेला असतो. या एका प्रश्नाचे उत्तर शोधण्याच्या व्यर्थ प्रयत्नात तो मध्येच थांबलेला असतो. कारण त्याला या प्रश्नाचे तर्कशुद्ध उत्तर हवे असते. जसे, एखादा मनुष्य मांसभक्षण करून म्हणत असेल, नेहमी मांस खाणे चांगले नाही, हे जोपर्यंत मला कोणी पटवून देणार नाही, तोपर्यंत मी मांस खातच राहणार. यावरून आपण हे समजू शकता, की तो आपल्या या एका तर्कामध्ये अडकून आपल्या शरीराचे किती नुकसान करत आहे!

मनुष्य आपल्या इंद्रियांद्वारे ईश्वराला पाहू इच्छितो. त्याला वाटत असते, त्याने ईश्वराचा आवाज ऐकला, तर त्याला निश्चित खातरी होईल, की ईश्वराचेही अस्तित्व असते. याचाच अर्थ, तो ईश्वरालाही आपल्यासारखेच समजत असतो. त्याला वाटते, ईश्वर बोलू लागला, तर त्याचा आवाज किती मधुर असेल! अशा लोकांना रामकृष्ण सरळ आणि समर्पक उत्तर देत असत. पण, ते ऐकून लोकांना ते किती बालीश आणि वेडसरपणाच्याच गोष्टी करत आहेत, असेच वाटत असे.

जसे, रामकृष्णांकडे जे नवे लोक येत असत, त्यांच्या मनात नेहमी एकच प्रश्न असे, 'ईश्वर साकार आहे की निराकार?' नव्या लोकांची सुरुवातच या प्रश्नाने होत असते. त्यावर रामकृष्ण एकच उत्तर देत, 'ईश्वर साकारही आहे आणि निराकारही.' हे उत्तर ऐकून लोक विचारत, 'असं कसं होऊ शकतं? ईश्वर साकार आणि निराकार दोन्ही असणं कसं शक्य आहे?' मग रामकृष्ण समजावत, 'मनुष्यसुद्धा कधी वस्त्रधारी असतो, तर कधी विनावस्त्र. जेव्हा तो स्नानगृहात अंघोळ करत असतो, तेव्हा तो कपड्यांशिवाय असतो आणि जेव्हा तो तेथून बाहेर पडतो, तेव्हा त्याने कपडे घातलेले असतात. ईश्वराचंसुद्धा असंच आहे. कधी तो सगुणरूपी वस्त्रधारी असतो, तर कधी निर्गुण निराकार असतो.' अशा प्रकारे रामकृष्ण लहान मुलांच्या निरागसतेने उत्तर देत.

जसे, एक शिक्षक मुलाला विचारतात, 'ढग काळे का असतात?' तर, मूल उत्तर देते, 'इतक्या प्रखर उन्हात ते कपड्यांशिवाय आकाशात स्वैरपणे फिरू लागले, तर ते काळे पडणारच ना!' मुलाच्या अशा उत्तराने सर्वांना हसायला येते. पण, जर एखाद्या प्रौढ व्यक्तीने असे उत्तर दिले, तर लोक म्हणतात, 'याच्या डोक्यावर काहीतरी परिणाम झाला असेल, त्यामुळेच हा असा असंबद्ध बडबडतोय!' रामकृष्ण ईश्वराविषयी जेव्हा असे सांगत, 'मनुष्य जसा कपड्यांमध्ये अथवा कपड्यांशिवायही राहतो, तसाच ईश्वरसुद्धा आहे,' तेव्हा लोक त्यांच्याविषयीही असाच विचार करत असत.

मुलांना शाळेत इंग्लिशची सर्व मुळाक्षरे (अल्फाबेट) आधी मोठ्या लिपीत (कॅपिटल) आणि त्यानंतर छोट्या लिपीत (स्मॉल) शिकवली जातात. त्याच प्रकारे रामकृष्ण लोकांना सांगत असत, 'ईश्वराला प्रथम त्याच्या साकार स्वरूपात प्राप्त करा, त्याची भक्ती करा, त्यानंतर तुम्ही स्वतःच त्याच्या निर्गुण स्वरूपाकडे मार्गस्थ व्हाल.' अशा उदाहरणांद्वारे ते लोकांना समजावत, की मायेत राहूनच ईश्वराला वेगळे कसे बघायचे आहे.

रामकृष्णांसोबत त्यांचा भाचा हृदयरामदेखील राहत असे, जो त्यांच्या सहकाऱ्याची भूमिका पार पाडत असे. तो सर्वात आधी रामकृष्णांना भेटायला येणाऱ्या नव्या लोकांशी वार्तालाप करून त्यांचे प्रश्न ऐकून घेत असे. त्याचबरोबर तो रामकृष्णांच्या मनोशरीररूपी यंत्राचीही (देहाची) काळजी घेत असे. मंदिरातील इतर सर्व कामेदेखील तोच करत असे. त्याच्यानंतर रामकृष्णांचा भाचा अक्षय याने ही जबाबदारी पार पाडली. त्यानंतर लाटू आणि राखाल नावाच्या शिष्यांनीसुद्धा वेगवेगळ्या प्रसंगी सहकार्य आणि सेवाकार्य केले.

एके दिवशी रामकृष्णांना भेटण्यासाठी उपेंद्र नावाचा एक मनुष्य आला. तो वैज्ञानिक विचारांचा होता. त्याने आल्यानंतर लगेच रामकृष्णांच्या सहकाऱ्याला सांगितले, 'मला रामकृष्ण परमहंस यांना तीन प्रश्न विचारायचे आहेत.' ते ऐकून त्या सहकाऱ्याला खूप

आनंद झाला. कारण या निमित्ताने त्यालासुद्धा रामकृष्णांकडून त्या तीन प्रश्नांची उत्तरे ऐकण्याची संधी मिळणार होती. त्यामुळे त्याने उपेंद्रला आतमध्ये बसवले आणि त्याचा नंबर येईपर्यंत वाट पाहण्यास सांगितले. त्या वेळी तिथे आणखीही काही लोक आधीपासून येऊन बसल्याचे उपेंद्रने पाहिले. काही वेळाने उपेंद्रचा नंबर आल्यावर त्याने आपला पहिला प्रश्न विचारला, 'ईश्वर निराकारही आहे आणि साकारही आहे, असं आपण सांगत असता; परंतु हे कसं शक्य आहे?'

या प्रश्नाचे उत्तर त्यांनी त्याला एका उदाहरणाद्वारे दिले : आपण ज्या भांड्यात पाणी ओततो, तसा आकार त्याला प्राप्त होतो. पण, पाणी जेव्हा कोणत्याही भांड्यात नसते, तेव्हा ते निराकारच असते. पाण्याचा बर्फही बनू शकतो आणि त्याची वाफही होऊ शकते. ईश्वरही असाच असतो, तो कधी साकार असतो, तर कधी निराकार!

रामकृष्णांद्वारे मिळालेले उत्तर ऐकून उपेंद्र उठून जाऊ लागला. ते पाहून तो असा मधूनच उठून का जात आहे, हे त्या सहकाऱ्याला समजलेच नाही. त्याला वाटले, बहुतेक याला रामकृष्णांनी दिलेले उत्तर आवडले नसावे. त्यामुळे तो उपेंद्रच्या मागे-मागे गेला व त्याला अडवून म्हणाला, 'आपण तर तीन प्रश्न विचारणार होता; मग एकच प्रश्न विचारून मधूनच तुम्ही उठून का चाललात? तुम्हांला उरलेले दोन प्रश्न विचारायचे नाहीत का?' ते ऐकून उपेंद्र म्हणाला, 'या एका प्रश्नाच्या उत्तरातच मला माझ्या इतर दोन प्रश्नांची उत्तरं मिळाली आहेत.' जसे उपेंद्रबाबत घडले, तसेच सत्संगातील लोकांबाबतही घडत असते. तिथे लोकांना आपल्या प्रश्नांची उत्तरे विनासायास मिळतात.

लोक आपापल्या मार्गाने पुढे जात असताना ईश्वराचा शोध घेत असतात. कोणी हिंदू बनून शोध घेत असतो, तर कोणी बौद्ध. कोणी भिक्षू बनून, तर कोणी साधनेद्वारे. कोणी तर तंत्रमंत्राचा मार्ग स्वीकारत असतो. याविषयी रामकृष्ण म्हणतात, ज्या घरात आपल्याला प्रवेश करायचा असतो, त्या घरात आपण दरवाजातूनही जाऊ शकतो, खिडकीतूनही आणि घरावर लावलेल्या धुराड्यातूनही जाऊ शकतो. खरे तर या तिन्हीही मार्गांनी आपण एकाच ठिकाणी पोहोचणार असतो. त्याचप्रमाणे ईश्वरप्राप्तीसाठीदेखील भिन्न-भिन्न मार्ग आहेत. या प्रत्येक मार्गावरून आपण आपल्या उद्देशापर्यंत पोहोचू शकतो.

ईश्वराचा महिमा जाणून घ्यायचा असेल, तर आपल्याला त्याच्या अगदी जवळ जावे लागेल. जसे, आपण जेव्हा आकाशात चंद्राकडे अथवा सूर्याकडे पाहतो, तेव्हा ते आपल्याला एखाद्या उडत्या तबकडीप्रमाणे दिसतात. पण त्यामुळे आपल्याला त्यांचे माहात्म्य कळते का? आपण जेव्हा त्यांच्या अगदी निकट जाल, तेव्हाच त्यांचे खरे स्वरूप आपल्याला समजू शकेल. आपल्याला त्याच्या महानतेचा विचार करून नवलसुद्धा वाटेल.

■

१७

ईश्वराचे विस्मरण मनुष्याला का घडले ?

एकदा रामकृष्णांना कोणीतरी प्रश्न विचारला, 'ईश्वराने आपल्याला भूतलावर का पाठवलं आहे?' उत्तरादाखल ते म्हणाले, 'मनुष्याला पृथ्वीवर सृष्टीच्या निर्माणकार्यासाठी पाठवलेलं आहे.' मग पुढचा प्रश्न आला, 'ईश्वरानेच मनुष्याला सृष्टीच्या निर्माणकार्यासाठी पाठवलेलं आहे; मग इथे येऊन मनुष्याला ईश्वराचंच विस्मरण का घडलं? ईश्वराने अखेर स्वत:ला विसरू कसं दिलं?' या प्रश्नाच्या उत्तरात रामकृष्ण म्हणाले, 'तुम्हांला जर सातत्यानं ईश्वराचं स्मरण राहिलं, तर तुम्ही सृष्टिनिर्माणाचं कार्य करूच शकणार नाही. सृष्टिनिर्माणाचं कार्य निरंतरपणे सुरू राहावं, यासाठीच ईश्वराकडून जाणीवपूर्वक तुम्हांला त्याच्या अस्तित्वाचं विस्मरण घडवण्यात आलं, ईश्वराचं माहात्म्य हे असंच आहे.' त्यामुळे आपला एक हात ईश्वराच्या हातात द्या आणि दुसऱ्या हाताने प्रापंचिक कार्ये करत राहा, असे आधीच सांगितले आहे. सृष्टीच्या निर्माणासाठी असेच व्हायला हवे.

रामकृष्णांनी जी काही उत्तरे दिली, ती त्या वेळच्या लोकांची समज आणि त्यांच्या आकलनक्षमतेनुसारच. त्यांनी सांगितले, 'मनुष्याला ईश्वराच्या अस्तित्वाची एक झलक जरी मिळाली, तरी आपोआपच सर्व प्रकारची दु:खं आणि कुकर्मं यापासून तो मुक्त होतो.'

या सर्व बाबींसोबतच रामकृष्णांनी लोकांना काही विशेष गोष्टींपासूनही सावध केले. कारण लोक प्रत्येक उत्तरातून आपापल्या मर्जीनुसार, स्वत:ला हवा तसा वेगळा असा अर्थ काढत असतात. जसे, 'ईश्वराचे केवळ दर्शन जरी झाले, तरी मनुष्याकडून कोणतेही काम होणार नाही,' असे ऐकायला मिळाल्याने, आळशी प्रवृत्तीच्या लोकांना काम न करण्याचा एक बहाणा मिळतो. अशा गोष्टी ऐकून 'आपण दिवसभर फक्त ईश्वराचीच भक्ती करायची आहे, इतर काहीच करायचे नाही,' असा विचार ते करू लागतात. अशा प्रकारे तथाकथित

ज्ञान असलेला आळशी मनुष्य आपल्या या ज्ञानसूत्रांच्या आधारे स्वत:करिता ईश्वराची विभागणी करत असतो. 'आपल्याला त्याचे विस्मरण व्हावे, ही जर त्या ईश्वराचीच इच्छा असेल, तर आपण त्याच्या इच्छेचा आदर राखायला हवा. तुझी इच्छा तीच माझी इच्छा,' असा विचार तो करू लागतो. अशा प्रकारे मायेच्या प्रभावाखाली जाण्याचा त्याला जणू एक बहाणाच मिळत असतो.

'पाणी हेच जीवन आहे', पण आपण सर्वच ठिकाणांवरील पाणी काही पीत नाही. आपण तलावात साठवलेले पाणीसुद्धा योग्य प्रक्रिया केल्याशिवाय थेटपणे पिण्याकरिता वापरत नाही. जे पाणी पिण्यायोग्य असेल, तेच पिण्याबाबत लोकांचा कटाक्ष असतो. अशाच प्रकारे ईश्वरसुद्धा सर्व ठिकाणी असतो. पण त्याला प्राप्त करण्यासाठी प्रत्येक ठिकाणी जायची गरज नाही. जसे, ईश्वर भुयारांमध्ये, भग्नावशेषांमध्येही आहे; पण आपण त्याला शोधण्यासाठी तिथे जात नाही. हिंसक पशूंमध्येसुद्धा ईश्वराचा अंश असतो; पण आपण कधी त्यांच्या जवळ जात नाही. डासामध्येही ईश्वराचा अंश असतो. तरीही आपण मच्छरदाणी लावतच असतो. गुंड प्रवृत्तीच्या अपराध्यामध्येही ईश्वराचा अंश असतो. पण म्हणून आपण त्यांच्याशी मैत्री करत नाही, उलट त्यांच्यापासून दूर राहण्याचाच प्रयत्न करत असतो. हे सामान्यज्ञान तर प्रत्येकातच असते. पण, काही लोक असेही असतात, जे गुंडांसारखी भाईगिरी करण्यात अथवा व्यसनांच्या मोहजालात अडकण्यासाठीच ईश्वर सर्व ठिकाणी, सर्व जीवमात्रांत आहे, अशा सबबींचा वापर करू लागतात. काही आध्यात्मिक सत्संग असेही असतात, ज्यामध्ये शिष्यांना अध्यात्माच्या नावाखाली चुकीच्या व्यसनांमध्ये अडकवले जाते. जगात अशा प्रकारच्या कित्येक गोष्टी घडत असतात. पण, ज्याच्याकडे सारासार विवेकबुद्धी असते, ज्याला पूर्ण समज प्राप्त झालेली असते, असा मनुष्य अशा व्यर्थ गोष्टींच्या जंजाळात स्वत:ला कधी गुंतवून घेत नाही.

जसे, एक मनुष्य चर्चच्या पाद्रींना म्हणतो, 'मदिरा आपली शत्रू आहे, शत्रूवरही प्रेम करावं, असं आपण नेहमी सांगता. आपला हाच उपदेश अमलात आणण्यासाठी मी मदिराप्राशन करत असतो.' हे ऐकून पाद्री म्हणाले, 'शत्रूवर प्रेम करा याचा अर्थ असा नाही, की त्याला आपल्या घरात बसवा आणि गिळंकृत करा. याबाबत आपलं सामान्य ज्ञान उपयोगात आणायला हवं आणि अशा शत्रूला कधीही आपल्या अंतरात थारा देऊ नये.'

समजा, 'सर्वांमध्ये ईश्वर सामावलेला आहे' या गोष्टीचे निमित्त करून एखादा मनुष्य जर एखाद्या गुंडालाच आपल्या घरी पाहुणचारासाठी घेऊन आला, तर त्याच्या कुटुंबीयांची काय अवस्था होईल? गुंड, मवाली प्रवृत्तीच्या लोकांशी मैत्री केल्याने त्या मनुष्याचेच नाही, तर परिवाराचेसुद्धा नुकसान होते.अहंकारयुक्त ज्ञानी माणसाच्या चुकीच्या धारणासुद्धा त्याच्या कुटुंबीयांकरिता त्रासदायक ठरत असतात. त्यामुळे योग्य समज प्राप्त करूनच आपली कार्ये करायला हवीत, तेव्हाच मनुष्य खऱ्याअर्थाने पात्र ठरत असतो.

■

१८

ईश्वराची कार्यपद्धती

कित्येक लोक ज्ञानाच्या गोष्टी ऐकून ज्ञानी युधिष्ठीर होऊ लागतात. ते ज्ञानदायी शब्दांची, वाक्यांची मोडतोड करून नेहमी नवीन सबबी सांगतात. आपल्या आळसाबाबत सबबी सांगण्यासाठी त्यांचा वापर करतात. 'सर्वांभूती जर भगवंत असेल, तर मग कोणा एका शरीराचे काही विशिष्ट असे माहात्म्य असूच शकत नाही, अशा स्थितीत अवतारांचे महत्त्व काय,' असे प्रश्न ते उपस्थित करतात. अशा प्रकारच्या प्रश्नांच्या उत्तरादाखल रामकृष्णांनी या सर्व गोष्टी सांगितल्या.

उदाहरणादाखल, रामकृष्ण एकदा म्हणाले, 'आपण जर गाईला स्पर्श करण्यासाठी पुढे सरसावलो आणि फक्त तिच्या शिंगांना स्पर्श केला, पाठीवर अथवा शेपटीवर हात ठेवला, तरी 'मी गाईला स्पर्श केला', असं आपण म्हणतो. पण आपल्याला जर तिचं दूध हवं असेल, तर मात्र ते तिच्या सडांमधूनच मिळू शकतं. म्हणूनच 'अवतारी महापुरुष हे गाईच्या सडांसारखे असतात, ते ईश्वराचे दूत आहेत,' असं आपण म्हणतो. हीच अवतारी महापुरुषांची महता आहे. 'गोमातेला आम्ही स्पर्श केला,' असं जरी आपण सर्वांनी म्हटलं, तरी प्रश्न असा निर्माण होतो, की 'गाईला स्पर्श तर झाला; पण तिच्याकडून आपल्याला दुधाची प्राप्ती झाली का?' याच दुग्धपानासाठी आपल्याला सत्संगात आणि सत्याच्या सहवासात राहण्याची आवश्यकता असते.

लक्षात ठेवा, आपल्याला या शब्दजंजाळात अडकायचे नाही, तर त्या शब्दांमागे दडलेला योग्य अर्थ समजून घ्यायचा आहे. योग्य जाण असलेला समजूतदार माणूस कधीही अशा प्रकारच्या शब्दांमध्ये अडकून पडत नाही; तर त्यात दडलेल्या भावार्थाकडेच त्याचे लक्ष असते. साधू-संतांना इतके महान का मानले जाते, याचाच सारासार विचार तो करू लागतो.

रामकृष्णांनी ईश्वराच्या कार्यपद्धतीबाबतही आपल्या शिष्यांना समजावले. त्यांच्या मतानुसार, 'ईश्वर चोराला म्हणेल, 'जा, त्या घरी जाऊन चोरी कर' आणि मग त्या घरमालकालाही सांगेल, 'तुझ्या घरी चोर येण्याची शक्यता आहे, सावध राहा.' हेच ईश्वराचे काम आहे.'

ही गोष्ट बहुतेक लोक समजू शकत नाहीत, त्यामुळेच ते विविध प्रश्न विचारत राहतात. 'ईश्वरच सर्व काही करत आहे, सर्व गोष्टींचा कर्ता तोच आहे, असं आपण सांगता. असं असेल, तर या जगात इतकं पाप का घडत आहे? इतकं दुःख आणि इतके अपराध का घडत आहेत? हे सर्व ईश्वरच घडवून आणत असेल, तर यामागचं कारण काय आहे? अशा स्थितीत आमच्या हातून पुण्यकर्मं कशी होऊ शकतील?' अशा प्रश्नांची उत्तरे प्रश्न विचारणाऱ्याच्या पात्रतेनुसारच दिली जातात.

एकदा एका व्यक्तीने रामकृष्णांना असाच प्रश्न विचारला, तेव्हा उत्तरादाखल ते म्हणाले, 'तू या भानगडीतच पडू नकोस. कारण, नशेसाठी तुला पावशेर दारूच पुरेशी होत असेल, तर दारूच्या गुत्त्यावर किती दारू आहे, याच्याशी तुझा काय संबंध, कशाला आपण तो व्यर्थ खटाटोप करायचा? तू जेवढी मिळत आहे तेवढ्यातच मस्त मजा करत राहा. म्हणजे जेवढं ज्ञान तुला मिळतंय, त्याचीच साधना करत राहा, बाकीच्या चक्रव्यूहात अडकू नकोस.' असे ते ठामपणे सांगू शकले. कारण त्यांना प्रत्येक धर्माचा सार, त्याचा गर्भितार्थ, मूलार्थ माहीत होता. ज्या मूलार्थाच्या प्राप्तीने मनुष्याला आत्मसाक्षात्कार घडू शकतो, तोच अनुभव रामकृष्णांनी अनुभवला होता.

■

१९

रामकृष्णांची प्रतीकांद्वारे शिकवण

कालीमातेने रामकृष्णांना जो अधिकार बहाल केला होता, त्यानुसार त्यांनी आपल्या जीवनाद्वारे 'जितके दिवस जगाल, तितके दिवस शिकत-शिकतच जगा' हाच बोध दिला.

रामकृष्णांच्या जीवनावर आपण एक दृष्टिक्षेप टाकला तर आपल्या लक्षात येईल, जे लोक सत्संग ऐकण्यासाठी येत असत, त्यांनाही रामकृष्ण काही प्रश्न विचारत असत. 'आपल्याला काय वाटतं, माझ्याबाबत काही गडबड झाली आहे का..., माझ्याकडून अमुक अमुक गोष्टी घडून जातात, हे माझ्या मागच्या जन्मातले काही पातक आहे का, ज्यामुळे माझ्याबाबत असे घडते?' अशा प्रकारे कधी-कधी सत्संगास आलेल्या लोकांपैकी कोणी एखादा प्रश्न विचारल्यास, ते आपल्या शिष्याला त्या प्रश्नाचे उत्तर द्यायला सांगत, असेही कधीतरी घडत असे.

त्यांना कालीमातेकडून जे अधिकार प्राप्त झाले होते, त्यानुसार यंत्रवत कार्य करत असतानाही ते लोकांना काही शिकवण देत असत. आपल्या उर्वरित आयुष्यात जेव्हा ते गुरुपदी स्थानापन्न झाले, तेव्हा त्यांच्या शिकवणुकीचा प्रसार सर्वत्र होऊ लागला. त्यामुळे जिज्ञासापूर्तीसाठी लोक त्यांच्याकडे येऊ लागले.

त्यांनी कित्येक प्रकारची शिकवण दिली. त्यात 'आपला एक हात ईश्वराच्या हाती द्या आणि दुसऱ्या हाताने नित्यकर्मं करा. जेव्हा दिवसभरातील कामं संपतील तेव्हा आपला दुसरा हातही ईश्वराच्या हाती सोपवा' हीदेखील एक महत्त्वपूर्ण शिकवण होती.

'आपण आधीच कठीण परिस्थितीत अडकल्याने आपल्याला काही नियमांमध्ये सवलत मिळालेली आहे,' असे ते प्रापंचिक लोकांना सांगत. दुसरीकडे संन्यासी साधकांसाठी मात्र त्यांनी विशेष असे काही कठीण नियम बनवले होते. 'तुम्हांला लोकांसमोर आदर्श उदाहरण बनायचे आहे आणि मायेच्या आवरणाखाली राहत असतानासुद्धा तिच्यापासून अलिप्त राहता येऊ शकते, हे सिद्ध करायचे आहे. तुम्ही सुवर्ण-सुंदरी यांपासून मुक्त राहून एक आदर्श उदाहरण स्थापित करा, ज्याद्वारे लोकांना, असेही करणे शक्य आहे, हे समजू शकेल. कारण सामान्य लोकांना ज्या गोष्टी अशक्य वाटत असतात, त्या टाळण्याकडेच त्यांचा कल असतो,' असे ते संन्यासी साधकांना सांगत असत.

काहींचे विचार हे अगदी मुळापासूनच तर्कशुद्ध आणि सुस्पष्ट असे असतात, ते इतरांसाठी आदर्श व्यक्तिमत्त्व ठरतात. त्यामुळे त्यांच्यावर खूपच मोठी जबाबदारी असते. रामकृष्णदेखील असेच उच्च श्रेणीचे महात्मा होते, म्हणून संन्यासी साधकांनाही ते तशाच आज्ञा देत असत. रामकृष्ण आपली प्रत्येक गोष्ट उदाहरणासहित इतरांसमोर मांडत असत.

जसे, एखाद्याच्या पाठीवर फोड आलेला असतानाही तो मनुष्य आपले कामकाज करतच असतो. तो लोकांच्या संपर्कात असतो, त्यांच्याशी संवाद साधत असतो आणि शक्य तितके सक्रिय राहत असतो. परंतु हे सर्व करतानादेखील त्याचे लक्ष सतत त्या फोडाकडेच असते, म्हणजेच तो फोड त्याला वेळोवेळी आपल्या अस्तित्वाची जाणीव करून देत असतो. प्रत्येक मनुष्यानेही अगदी असेच करायचे आहे. आपल्या चेतनेचा एक हिस्सा नेहमी ईश्वराकडेच केंद्रित करायचा आहे. असे केल्याने आपण मायेच्या प्रभावाखाली असतानाही ईश्वरी अनुभूती प्राप्त करू शकतो.

शुद्ध भक्तीसाठी प्रार्थना

रामकृष्ण ईश्वराची प्रार्थना करण्याविषयीही सांगत असत. ती प्रार्थना काहीशी अशा प्रकारची असे –

'हे घे तुझं ...,
हे घे तुझं ...,
मला फक्त ... दे.'

ही कसली प्रार्थना, हिचा अर्थ काय बरे असू शकेल, असाच विचार आपल्या मनात येईल. पण खरे तर या प्रार्थनेचा अर्थ आहे...

'हे घे तुझं पुण्य,
हे घे तुझं पाप,
मला फक्त शुद्ध भक्ती दे.'

वेगळ्या शब्दांत या प्रार्थनेबद्दल असेही सांगता येईल. जसे,

- हे घे तुझं चांगलं, हे घे तुझं वाईट, मला फक्त शुद्ध भक्तिभाव दे.
- हा घे तुझा चांगुलपणा, हा घे तुझा दुष्टपणा, मला फक्त शुद्ध भक्तिभाव दे.
- हे घे तुझं सुख, हे घे तुझं दु:ख, मला फक्त शुद्ध भक्तिभाव दे.

आपल्या जीवनात ते स्वत:ही याच मार्गाने चालत राहिले. वेगवेगळ्या विचारांशी लढत राहिले, शिकत राहिले आणि अश्रुभरल्या नयनांनी मातेकडे प्रार्थना करत राहिले. त्या वेळच्या आपल्या अनुभवांविषयी रामकृष्ण परमहंस सांगत असत, 'जेव्हा वासनायुक्त विचार मनामध्ये जागृत होत, तेव्हा मी मातेकडे प्रार्थना करत असे, माते, माझं रक्षण कर, माझा भाव शुद्ध ठेव.' अशा प्रकारे तत्क्षणी उमटणाऱ्या प्रार्थनेला 'प्रेअर शूटिंग' असे म्हटले जाते. जसे, सीमेवर तैनात सैन्यदलातील जवानांवर जेव्हा शत्रुपक्षाकडून हल्ला होतो, तेव्हा प्रत्युत्तरादाखल ते लगेच गोळीबार करतात. प्रार्थनेची शूटिंगसुद्धा अशाच प्रकारची असते. या शूटिंगमध्ये अनेक वेळा प्रार्थना केली जाते. रामकृष्णसुद्धा 'माते, माझं रक्षण कर, माझा भाव शुद्ध ठेव' या प्रार्थनेची कित्येकदा पुनरावृत्ती करत असत. कधी-कधी तर ते अत्यंत गहिवरून अश्रुभरल्या नयनांनी या प्रार्थनेचा पुनरुच्चार करत असत. म्हणजेच ही प्रार्थना थेट त्यांच्या हृदयातून निघत असे.

सर्वसाधारणत: लोक जेव्हा कोणाला रडताना पाहतात, तेव्हा 'बिचारा अडचणीत असेल, त्याला काहीतरी मदत हवी असेल' असाच विचार ते करतात. कारण त्याची भावावस्था समजून घेतल्याशिवायच त्याला मदत करण्यासाठी ते उतावीळ होतात.

रामकृष्णांनी एकदा यासंबंधित आपला एक अनुभव सांगितला. एकदा एका मनुष्याने त्यांची मदत करण्याच्या उद्देशाने असे काही केले, की त्याच्या कृतीने रामकृष्ण अगदी हैराण होऊन गेले. त्या मनुष्याने पाहिले, की लग्न झालेले असतानासुद्धा रामकृष्ण दक्षिणेश्वरात एकटेच राहतात. त्यांची पत्नी गावाकडे आणि ते इथे रडतखडत जगत आहेत. हे पाहून एकदा तो मनुष्य आसपासच्या लोकांपासून लपतछपत एका गणिकेला आपल्याबरोबर घेऊन आला आणि त्याने तिला रामकृष्णांच्या खोलीत पाठवले. असे केल्यामुळे रामकृष्णांचा त्रास थोडा कमी होऊ शकेल, असे त्याला वाटत होते. पण, रामकृष्णांनी आपल्या घरात जेव्हा त्या महिलेला पाहिले, तेव्हा ते लगेच तिथून बाहेर पडले आणि सर्वांना बोलावून सांगू लागले, 'बघा, माझ्या खोलीत कोणीतरी आलं आहे, बहुतेक आई आली असावी.'

आपल्या अंतरंगापासून जो स्वच्छ, निर्मळ असतो, त्याच्याद्वारे कशी प्रार्थना उमटू लागते, तिचा परिणाम काय होतो आणि ती त्याचे कशा प्रकारे रक्षण करते, हे

आता आपल्या लक्षात आलेच असेल. आपण या पृथ्वीतलावर का अवतरलो आहोत, आपल्याला हे मनोशरीर यंत्र (देह) का मिळाले आहे, त्याचे संगोपन करण्यासाठी जी इंद्रियशक्ती लाभली आहे, तिचा उपयोग आपण कशा पद्धतीने करायला हवा, आपले उद्दिष्ट काय, याचे एक सुस्पष्ट असे चित्र प्रत्येक मनुष्यासमोर असायला हवे.

शुद्ध भक्तीची तृष्णा, याचना, शुभेच्छा प्रत्येक मनुष्यामध्ये परिवर्तन घडवू शकते. आपण जेव्हा महापुरुषांच्या आयुष्यात घडलेल्या घटनांविषयी ऐकतो किंवा वाचतो, तेव्हा आपल्याला जाणवते, या घटना यशस्वीरीत्या घडलेल्या आहेत. परंतु, आज आपण ज्या समस्यांना सामोरे जात आहोत, त्यापेक्षा कितीतरी अधिक पटीने भयावह समस्यांना कित्येक लोकांना सामोरे जावे लागले आहे. शिवाय, त्यावर यशस्वीरीत्या मात करून त्यांनी जगासमोर आपला आदर्श स्थापित केला आहे. आपणही आपल्या जीवनातील समस्यांना योग्य असा प्रतिसाद देऊन आपले या पृथ्वीतलावरचे उर्वरित आयुष्य या शिकवणुकीनुसार व्यतीत करू शकतो. हीच गोष्ट आज सर्वांत महत्त्वपूर्ण आहे.

स्व (सेल्फ)ची उपस्थिती

'संसार हा सुकलेल्या आंब्याच्या नीरस कोयीसारखा आहे. या कोयीला कितीही चोखले, तरी त्यापासून काहीही प्राप्त होऊ शकणार नाही. पण, मनुष्याला भ्रम असतो, की त्या कोयीपासून थोडाफार तरी रस मिळू शकेल,' असे रामकृष्ण नेहमी सांगत असत. त्यांनी ही गोष्ट अगदी उदाहरणासह सांगितलेली आहे.

जसे, एक मडके आहे, त्याच्या खाली अग्नी चेतवलेला आहे. मडक्यात पाणी, तांदूळ आणि बटाटे आहेत. सर्व वस्तू एकाच वेळी गरम होत आहेत. पण ही उष्णता वास्तवात मडक्याची, पाण्याची, बटाट्यांची अथवा तांदळाची नव्हे, तर मडक्याखाली प्रज्वलित असलेल्या अग्नीची आहे. अशाच प्रकारे या संसारात आपण ज्या-ज्या गोष्टी पाहत असतो, ज्यांचा ताप (उष्णता) आपल्याला जाणवतो, वास्तवात ती धग त्यांची नसून, त्याखाली असलेल्या मूर्त स्वरूपाची आहे, जो स्व (सेल्फ) अथवा चैतन्य आहे. आपल्याला एखाद्या मनुष्यामध्ये जे तेज दिसते, ते खरे तर सेल्फच्या अथवा चैतन्याच्या उपस्थितीचा एक संकेत असतो. चैतन्य नसेल तर त्यांची उष्णता संपुष्टात येते. अशा स्थितीत 'ही माझीच उष्मा आहे', असे जर मडके म्हणू लागले, तर ते खूप मोठी चूक करत आहे, असेच म्हणावे लागेल. अशा प्रकारे रामकृष्ण प्रतीकांच्या माध्यमातून लोकांचे प्रबोधन करत असत.

■

खंड ५

गुरुस्वरूपामध्ये रामकृष्णांची तयारी

२०

रामकृष्णांच्या आयुष्यात शारदादेवींची भूमिका

एकदा दक्षिणेश्वरमध्ये दूषित पाण्यामुळे खूप लोक आजारी पडले. अशा स्थितीत रामकृष्णांच्या प्रकृतीचा विचार करून माथुरनाथ यांनी त्यांना काही कालावधीकरिता आपल्या गावी परत जायला सांगितले.

रामकृष्ण जेव्हा आपल्या गावी पोहोचले, तेव्हा त्यांच्यासमोर एक नवीनच दृश्य उभे राहिले. त्यांची पत्नी, जी आता १४ वर्षांची झाली होती, ती पुन्हा घरी आली होती. रामकृष्णांबरोबर त्यांचे लग्न झाले होते, तेव्हा त्या केवळ ६-७ वर्षे वयाच्याच होत्या. आणि 'तुझा पती वेडसर आहे, त्यामुळे तू कधी त्याच्याकडे जाऊ नकोस,' असेही काही गावकऱ्यांनी त्यांना सांगितलेले होते; परंतु तरीही त्या आपल्या सासरी परतल्या होत्या.

एकदा त्या दोघांचे संभाषण चाललेले असताना, रामकृष्ण आपल्या पत्नीला थेटच म्हणाले, 'मी पुन्हा आपल्या प्रापंचिक जीवनात परतावं, असं तुला वाटत असेल, तर पत्नीच्या अधिकाराने तू मला तसं नक्कीच सांगू शकतेस. त्यानंतर मी तुझी सेवा अवश्य करेन. पण, मी ज्या तऱ्हेनं कालीमातेकडे पाहतो, ज्या प्रकारे प्रत्येक स्त्रीमध्ये एक माता पाहतो, त्याचप्रमाणे मी तुझ्यातसुद्धा मातेचं ते स्वरूप पाहू इच्छितो. तुला हे मंजूर नसेल, तर तुझ्या इच्छेनुसार मी तुला पत्नीचे सर्व अधिकार देऊन तुझी सेवा करण्यासाठी तयार आहे. आता तूच सांग, तुझा निर्णय काय आहे?' या एका प्रश्नाच्या उत्तरावरच रामकृष्णांच्या संपूर्ण भावी आयुष्याची दिशा अवलंबून होती. पण, शारदादेवींच्या एका

उत्तराने संपूर्ण इतिहास बदलला, हे आज सर्वांनाच ठाऊक आहे. शारदादेवींनी आपल्या पत्नीच्या अधिकारांवर तुलसीपत्र ठेवले आणि त्या 'शारदादेवी'च्या 'शारदामाता' बनल्या.

त्यानंतर रामकृष्ण एकदा आपल्या शिष्यांना म्हणाले, 'त्या दिवशी शारदादेवींनी माझ्याकडे आपल्या पत्नीत्वाचा अधिकार मागितला असता, तर आज जे चित्र दिसतंय, ते कदापिही दिसू शकलं नसतं. 'माते, शारदादेवींना वासनामुक्त कर,' अशी प्रार्थना मी कालीमातेकडे करत असल्याने माता माझी प्रार्थना नक्की ऐकेल, यावर माझा पूर्ण विश्वास होता. त्यामुळेच आज मी जो काही आहे, त्याचं संपूर्ण श्रेय शारदामातेकडेच जातं.'

एके दिवशी तर रामकृष्णांनी शारदामातेला कालीमातेच्या आसनावर बसवून त्यांची पूजाही केली होती. गावीसुद्धा रामकृष्णांची ज्ञानवाणी श्रवण करण्यासाठी अनेक लोक येत असत. जिज्ञासूवृत्तीने ते काही प्रश्नही त्यांना विचारत. इतर सर्व लोकांसोबत शारदादेवीही त्यांचे प्रवचन ऐकत. त्यामुळे त्यांच्याही अंतरंगात परिवर्तन घडत होते.

एके दिवशी त्यांच्या घरी सत्संग सुरू होता, तेव्हा शारदादेवी पेंगू लागल्या. त्यांना झोप लागली. ते पाहून कोणीतरी त्यांना जागे करू लागले. त्याच वेळी रामकृष्णांचे तिकडे लक्ष गेले आणि ते म्हणाले, 'त्यांना उठवू नका. मी सांगितलेल्या सगळ्याच गोष्टी त्यांनी ऐकल्या, तर त्यांच्या पंखांना बळ प्राप्त होईल. त्या गगनभरारी घेतील आणि थेट स्वर्गामध्येच पोहोचतील, त्यामुळे त्यांना शांतपणे झोपू द्या.'

रामकृष्ण शारदादेवींच्या अंतरंगातील चेतनेचा स्तर पाहू शकत होते. ही स्त्री आपल्या सर्व अधिकारांचा त्याग करून हजारो लोकांची माता बनली आहे, हे त्यांना समजू शकत होते. त्यांच्या बोलण्याचा अर्थही तसाच होता. स्वतः मुलांना जन्म न देताही त्या रामकृष्ण परमहंसांच्या आध्यात्मिक बालकांच्या माता बनल्या होत्या!

■

२१

रामकृष्णांची तीर्थयात्रा

रामकृष्ण काही काळ आपल्या गावी राहिल्यानंतर माथुरनाथांनी पुन्हा त्यांना आपल्याकडे म्हणजे कोलकात्याला बोलावून घेतले. कारण ते आता तीर्थयात्रा करू इच्छित होते. या वेळी ते आपल्याबरोबर रामकृष्णांनाही घेऊन गेले.

तीर्थयात्रेदरम्यान ते वेगवेगळ्या स्थानी असलेल्या मोठमोठ्या मंदिरांत गेले. एकदा रामकृष्ण शिवजींच्या मंदिरात पोहोचले आणि शिव भोलेनाथांची आराधना करताना एक गीत गाऊ लागले, 'कशी वर्णावी तुझी महिमा म्या पामराने...' ही एकच ओळ पुन:पुन्हा म्हणत ते भावसमाधिवस्थेत गेले. त्या मंदिरातील पुजाऱ्याने जेव्हा हा सर्व प्रकार पाहिला, तेव्हा त्याला वाटले, 'हा कोण वेडा माणूस आज मंदिरात आला आहे, जो एकाच ओळीची सारखी पुनरुक्ती करत आहे?' समाधिवस्थेत गेल्यानंतर रामकृष्णांचे भान हरपले, तेव्हा माथुरनाथांनी सावध करण्यासाठी त्यांना हलवले आणि चौकात घेऊन गेले. तिथून जात असताना रामकृष्णांनी त्यांना विचारले, 'मी काही चुकीचं वागलो काय?' कारण त्यांना माहीत होते, अशा स्थितीत, जेव्हा समाधी लागत असे, तेव्हा नक्कीच काहीतरी गडबड घोटाळा झालेला असे.

त्यांचा प्रश्न ऐकून माथुरनाथ उत्तरले, 'नाही, चुकीचं काहीच घडलेलं नाही. आपण तर केवळ तल्लीनतेनं भजन गात होता.' त्यानंतर ते दोघे तिथून पुढे मथुरा, वृंदावनच्या यात्रेस निघाले.

या संपूर्ण तीर्थयात्रेदरम्यान रामकृष्ण कित्येक वेळा मातेचे स्मरण करून, 'हे माते, तू मला कुठं पाठवलं आहेस?' असे तिला विचारत. कारण तिथे धर्माच्या नावाखाली जो व्यापार चाललेला असे, पैशांची देवाणघेवाण करून जी पूजाअर्चा होत असे, ते पाहून त्यांना खूपच त्रास होत असे. ते म्हणत, 'यापेक्षा मी तुझ्या मंदिरातच खूप समाधानी होतो. पण आता तू मला कुठं पाठवलं आहेस?' आपल्याला तीर्थयात्रेकरिता मातेनेच पाठवले आहे आणि त्यामागे तिचा नक्कीच काहीतरी उद्देश असावा, जो अद्याप पूर्ण व्हायचा आहे, याची त्यांना पूर्ण खातरी होती. परंतु तरीही ते 'मला कुठं पाठवलं आहेस' असे म्हणत असत. यावरूनच त्यांचा निष्कपट भाव आणि प्रामाणिकपणा आपल्या लक्षात येऊ शकतो.

ते मथुरेमध्ये, म्हणजेच कृष्णनगरीत पोहोचले, तेव्हा त्यांनी तिथे वृंदावन पाहून श्रीकृष्णाला साद घातली, 'हे शामसुंदरा, तुझी कृपादृष्टी ज्या-ज्या वस्तूवर पडली, ती प्रत्येक गोष्ट आज इथे उपस्थित आहे. पण हे दयाघना, तू कुठं आहेस? या चातकाला तुमचं दर्शन द्या, देवा!' म्हणजेच आता ते कृष्णभक्तीत दंग झाले होते. याचाच अर्थ, ते जिथे कुठे जात, तिथल्याच रंगात रंगून जात.

प्रत्येक ठिकाणी गेल्यावर, तिथले काही निरीक्षण करत असताना ते भावभक्तीच्या जाणिवेने भारून जात असत. त्यांच्यासोबत असणाऱ्या लोकांना ही गोष्ट माहीत झाली होती. त्यामुळे त्यांनाही त्यांच्या अशा वर्तणुकीत काहीच गैर / चुकीचे वाटत नसे. तेदेखील त्यांच्या या लीलेचा आनंद मुक्तपणे उपभोगत असत.

■

२२

मृत्यूपासून घेतला धडा

रामकृष्ण आपल्या तीर्थयात्रेदरम्यान कित्येक लोकांना भेटले. त्यातील काही लोक त्यांचे तेज, त्यांची भावमुद्रा आणि समाधिवस्था पाहून आश्चर्य व्यक्त करत, तर काही लोक त्यांना वेडा, मनोरुग्ण समजत असत. तीर्थयात्रेनंतर ते पुन्हा कोलकात्याला परतले, तेव्हा त्यांना त्यांचा भाचा अक्षय आजारी असल्याचे समजले. त्या वेळी तिथे उपस्थित असलेल्या सर्वच लोकांना चिंताग्रस्त अवस्थेत पाहून रामकृष्ण म्हणाले, 'डॉक्टरांना बोलावून घ्या, तसंही हा काही आता वाचणार तर नाहीच.' त्यांच्या तोंडून निघालेले हे उद्गार ऐकून उपस्थित सर्वांना आश्चर्याचा धक्काच बसला. परंतु 'आपण असं कसं बोलू शकलो,' याचे रामकृष्णांनाही आश्चर्य वाटले.

डॉक्टरांना बोलावण्यात आले; पण ते येण्याआधीच अक्षयचा मृत्यू झालेला होता. ते दृश्य पाहून रामकृष्ण हसून म्हणाले, 'शेवटी तलवार म्यानातून बाहेर पडलीच. म्यानाची निर्माती कालीमातेचा विजय असो.' मग ते हेच वाक्य पुनःपुन्हा उच्चारू लागले. मात्र, उपस्थितांपैकी जे लोक नवीन होते, त्यांना अक्षयच्या मृत्यूनंतर अशा प्रकारे रामकृष्णांचे हसणे आवडले नाही. पण, जे लोक पूर्वीपासूनच त्यांना ओळखत होते, ज्यांना त्यांच्यातील उच्च चेतनेची जाणीव होती, त्यांच्या लगेच लक्षात आले, ज्या अर्थी ते असे बोलत आहेत, त्या अर्थी यामागे नक्कीच काहीतरी हेतू आहे.

पुढे रामकृष्णांनी आपल्या शिष्यांना सांगितले, 'अक्षयच्या मृत्यूनंतर दोन दिवसांनी

मी त्याच्या खोलीच्या बाहेरून चाललो होतो, त्या वेळी अचानकच मला खूप दु:ख झालं. आतून असं वाटलं, कुणीतरी मला भावनात्मकदृष्ट्या ओल्या टॉवेलसारखं पिळून काढत आहे. माझं अंत:करण भरून आलं. डोळ्यांमध्ये अश्रू दाटून आले. मी रडू लागलो. पण, काल तर मी हसत होतो. या घटनेच्या माध्यमातून माता नक्कीच मला काही बोध देऊ इच्छित आहे, हे माझ्या लक्षात आलं.' अशा प्रकारच्या घटनांमध्येही रामकृष्णांची सारासार विवेकबुद्धी कशा प्रकारे कार्यरत असे, ही बाब या प्रसंगावरून आपल्या लक्षात येऊ शकते. रडणे आणि हसणे या भावना तर प्रत्येक मनुष्यामध्ये असतात; पण मनुष्य आपले हसू आणि आसू यांकडे कसे पाहतो, हीच गोष्ट महत्त्वाची आहे. ते आपल्या शिष्यांना पुढे म्हणाले, 'अक्षयच्या मृत्यूनं जर मला इतकं दु:ख जाणवलं, तर इतरांनाही त्यांच्या सग्यासोयऱ्यांच्या अथवा जवळच्या नातेवाइकांच्या मृत्यूनंतर किती दु:ख होत असेल बरं? मी त्यांचं दु:ख समजून घ्यावं आणि त्यांच्यासाठी काहीतरी करावं यासाठीच कदाचित माता मला ती जाणीव करून देऊ इच्छित असेल.'

पराकोटीचा प्रामाणिकपणा हाच रामकृष्णांचा मनोकायिक स्वभावधर्म होता. अक्षयच्या मृत्यूवर हसताना पाहून लोक काय विचार करतील, या गोष्टीची त्यांना अजिबातच चिंता वाटली नाही. त्याक्षणी त्यांना जे जाणवले, ते त्यांनी व्यक्त केले. खरे तर ते अक्षयच्या मृत्यूने हसतही होते आणि रडतही होते. मुख्य गोष्ट ही होती, की आपण काय आणि का करत आहोत, याची त्यांना पूर्ण जाणीव होती. कालांतराने त्यांचे दुसरे भाऊ रामेश्वर यांचादेखील मृत्यू झाला. त्यामुळेही त्यांना खूप दु:ख झाले; पण मृत्यूच्या या घटनांनी त्यांना अधिकाधिक परिपक्व बनवले. ते यातना सहन करत-करतच गुरू रामकृष्णांच्या रूपात तयार होत होते. बहुतांश लोक तर केवळ उत्सुकतेपोटी त्यांना पाहण्यासाठी अथवा ऐकण्यासाठी येत असत. पण अद्याप त्यांनी स्वत:द्वारे गुरूंची भूमिका पार पाडण्यास प्रारंभ केला नव्हता. आता तर प्रत्येक घटना त्यांना गुरुपदासाठी घडवू लागली होती आणि त्यात ते अधिकाधिक पक्व होऊ लागले होते.

एक दिवस त्यांचा भाचा एका वासराला घेऊन कुठेतरी निघाला होता. त्यांनी विचारले, 'या वासराला घेऊन कुठे चालला आहेस?' त्याने सांगितले, 'मी या वासराला पालनपोषण करण्यासाठी घेऊन चाललो आहे, जेणेकरून ते मोठं झाल्यावर शेतात नांगर ओढू शकेल.' हे ऐकून रामकृष्ण चक्कर येऊन खाली कोसळले. त्यावर त्यांना 'काय झालं,' असे विचारण्यात आले. ते म्हणाले, 'मनुष्यप्राणी असा कसा आहे? त्याचा ईश्वरावर किती अल्प विश्वास आहे. भविष्यातील तरतूद करण्यासाठी तो काय-काय विचार करत असतो, किती उपद्व्याप करतो, किती संग्रह करत राहतो. हाच विचार करून

मला चक्कर आली.' ते पुढे म्हणाले, 'आता तर नातेसंबंध जोडण्यामागेही मनुष्याची काहीतरी योजना निश्चित असते. जसं, लोक आपल्या म्हातारपणीचा आधार म्हणूनच आपल्या मुलांचे संगोपन, त्यांचे पालनपोषण करत असतात.'

खरे तर आजचा मनुष्य सर्व काही जमा करण्याच्या व्यर्थ खटाटोपात आपला सर्व वेळ हरवून बसत आहे. पण, त्याचा ईश्वरावर विश्वास असता, तर त्याने हव्यासापोटी अशा प्रकारे इतर प्राण्यांवर कधीही अत्याचार केला नसता. रामकृष्णांची जीवननौका कशा तऱ्हेने पुढे जात राहिली? वेगवेगळ्या प्रसंगांतून ते कसे घडत गेले? लोकांना ज्ञानदान करण्यास ते कसे निमित्त ठरले? हे या उदाहरणांतून आपल्या लक्षात येऊ शकेल.

बंधू रामेश्वर यांच्या मृत्युपश्चात ते आपल्या आईचे सांत्वन करू लागले, तेव्हा आईच त्यांना म्हणाली, 'यात दु:ख करत बसण्यासारखं काहीच नाही, एक दिवस तर सर्वांनाच जायचं आहे.' हे ऐकून रामकृष्णांना अतिशय आनंद झाला. आईला मिठी मारत ते म्हणाले, 'तू तर माझी सगळीच चिंता दूर केलीस. मनुष्यजन्म लाभूनही आपण ईश्वराशी एकरूपता साधू शकलो नाही, तर हा मनुष्यजन्मच बेकार आहे. पण, तू जे उत्तर दिलंस, ते ऐकून मी चिंतामुक्त झालो. आता तू ईश्वराशी एकरूपता साधलेली आहे, याची मला खातरी झाली आहे.'

रामकृष्णांच्या आईसाठी ती स्थिती किती कठीण असेल, याची आपण केवळ कल्पनाच करू शकतो. त्यांच्या मोठ्या मुलाला आधीच देवाज्ञा झालेली होती आणि आता दुसऱ्या मुलालाही काळाचे बोलावणे आले. मुलांची मुलंही मृत्युपंथाला लागली होती, तरीही त्या त्यांचे सांत्वन करू पाहणाऱ्या आपल्या मुलाला समजावत होत्या. आईच्या तोंडचे हे सकारात्मक शब्द ऐकून पृथ्वीतलावर जे मातृऋण मानले जाते, त्या मातृऋणातून रामकृष्ण मुक्त झाले. त्यानंतर काही काळ ते आपल्या आईसोबतच राहिले. वयाच्या ९४व्या वर्षी त्यांच्या या जन्मदात्या मातेचा देह पंचतत्त्वात विलीन झाला.

रामकृष्णांसोबत जे काही लोक असत, त्यांच्या नातेवाइकांपैकी एकेकाला काळाचे निमंत्रण येऊ लागले होते. आईच्या देहान्तानंतर काही दिवसांनी माथुरनाथांचेही देहावसान झाले. इतक्या साऱ्या निकटच्या स्नेही-सोबत्यांचा मृत्यू पाहून खरे तर निराकाराच्याही पुढील अवस्था प्राप्त करण्यासाठी एक प्रकारे रामकृष्णांची तयारीच होऊ लागली होती.

■

२३

शिष्यांसाठी प्रार्थना

रामकृष्ण परमहंस जीवनात घडणाऱ्या प्रत्येक घटनेसह आध्यात्मिकदृष्ट्या सखोल ज्ञानप्राप्ती करून वेगाने पुढे जात होते. आता त्यांच्या प्रार्थनेचे स्वरूपही बदलू लागले होते. 'हे माते, मला तुझी प्राप्ती होऊ दे, तू सतत माझ्यासोबत राहा' अशी मातेची प्रार्थना ते प्रथम करत असत. पण आता त्यांना समजले होते, की माता तर चिरस्थायी स्वरूपात आपल्या सभोवताली व्यापलेलीच आहे. ती आपल्यापासून कधीच दुरावणार नाही. आता त्यांच्या अंतरंगातून नवी प्रार्थना स्फुरू लागली होती, 'ज्या मुमुक्षूंसाठी माझी सिद्धता होत आहे, ते व्यासंगी लोक माझ्या आयुष्यात कधी येतील? अर्थात, माझी आध्यात्मिक मुले माझ्याकडे कधी येतील?' अशा प्रकारे त्यांनी पहिल्यांदाच आपल्या शिष्यांसाठी प्रार्थना केली, 'या मृत्युलोकी ज्यांचा मनुष्ययोनीतील हा अंतिम जन्म आहे असे लोक आणि ज्या लोकांनी आयुष्यात किमान एकदा तरी मनापासून, अत्यंत तळमळीने ईश्वराला साद घातली असेल, असेही लोक माझ्याकडे यावेत. अशा लोकांचा सहवास मला लाभावा.'

त्यांच्याकडून व्याकूळतेने नित्य अशी प्रार्थना होत असताना, मध्येच ते मातेला म्हणत, 'माते, आजचाही दिवस तसा बेकारच गेला, आजही कोणी आले नाही.' अशा प्रकारे ते दररोज प्रार्थना करत असत आणि त्यांना जे जाणवत असे, त्या सर्व गोष्टी ते मातेला सांगत. जसे, 'माते, आज मला खूपच एकटं एकटं वाटतंय, इतरांपासून अगदी

वेगळं पडल्यासारखं वाटतंय. इतक्या दिवसांपासून प्रार्थना करतोय; पण अजूनपर्यंत एकही शिष्य आला नाही,' असेही कधी-कधी ते व्याकूळ होऊन म्हणायचे.

त्यानंतर एके दिवशी दोन शिष्य आले. एकाचे नाव होते रामचंद्र दत्त आणि दुसऱ्याचे मनमोहन मित्र. रामचंद्र दत्त बंगाली डॉक्टर होते. हे दोघेही ब्राह्मोसमाजचे सदस्य होते. ते आले, त्या वेळी रामकृष्णांनीच दरवाजा उघडला होता. मात्र, ते दोघेही त्यांना ओळखू शकले नाहीत. हा कुणीतरी नोकर अथवा सेवक असावा असे समजून, रामकृष्ण आहेत की नाहीत हे पाहण्याकरिता ते आतमध्ये डोकावू लागले. आत गेल्यावर हेच सद्गृहस्थ रामकृष्ण परमहंस आहेत, हे त्यांना समजले. खरे तर आपण अशा एका महात्म्याला भेटायला जात आहोत, जो भक्त आहे, साधू आहे आणि गृहस्थाश्रमी असून संन्यासीदेखील आहे, असाच विचार करून ते रामकृष्णांना भेटण्यासाठी आले होते. रामचंद्र आणि मनमोहन दोघांनाही वाटले, की रामकृष्ण हे केवळ लंगोट घालत असतील, त्यांनी विविध प्रकारच्या माळा धारण केलेल्या असतील, त्यांच्या केसांच्या जटा झालेल्या असतील, आणि ते संस्कृतमधूनच बोलत असतील. प्रत्यक्षात त्यांना आपल्या मनात साकारलेल्या चित्राप्रमाणे काहीच दिसले नाही. त्या दोघांनी रामकृष्णांच्या चरणांना स्पर्श केला आणि जिज्ञासेपोटी प्रश्न विचारला, 'वास्तवात ईश्वराचे अस्तित्व आहे का? जर खरंच ईश्वर अस्तित्वात असेल, तर आम्हांला त्याच्या दर्शनाची इच्छा आहे.' ब्राह्मोसमाज संघटनेत त्या दोघांनीही ईश्वराविषयी खूप काही ऐकले होते, ते त्यांना पटलेदेखील होते. त्याचबरोबर आध्यात्मिक विषयांवरील त्यांचा अभ्यासही बऱ्यापैकी झालेला होता. परंतु अद्याप त्यांना ईश्वराचे दर्शन मात्र झाले नव्हते. त्यामुळे त्यांना खूप मोठी उणीव भासत होती. म्हणून त्यांनी अधीरपणे आणि स्पष्टपणे असा प्रश्न विचारला. त्यावर रामकृष्णांनी उत्तर दिले, 'सृष्टीमध्ये ईश्वराचं अस्तित्व नक्कीच आहे. आकाश जसं दिवसाही ताऱ्यांनी व्यापलेलं असतं, अगदी तशाच पद्धतीनं ईश्वर या चराचरांत व्यापून राहिला आहे.' हे ऐकून त्या दोघांनाही दिवसा तारे दिसू लागले. कारण, ईश्वराचे दर्शन केवळ आपल्या इंद्रियांद्वारेच होऊ शकेल, असेच आजवर त्यांना वाटत होते.

ईश्वराप्रति रामकृष्णांची दृढता

ज्या गोष्टी माणसाला तर्कशुद्ध वाटत नाहीत, त्यांना तो अर्थहीन समजू लागतो. त्यात त्याला काही वास्तव दिसत नाही. रामचंद्र दत्त आणि मनमोहन यांनादेखील असेच काहीसे वाटू लागले होते. मात्र रामकृष्णांशी संवाद साधून आणि त्यांचा ठामपणा पाहून त्या दोघांनाही खातरी पटली. आपल्याला जर खरेच अध्यात्ममार्गात अग्रेसर व्हायचे असेल, तर केवळ रामकृष्णांच्या छत्रछायेत राहूनच ते साध्य करणे शक्य आहे. त्यानंतर

ते दर रविवारी रामकृष्णांकडे येऊन ते सांगत असलेल्या उपदेशपर गोष्टी ऐकत असत. हळूहळू त्यांना रामकृष्णांच्या उपदेशातील काही गोष्टी समजू लागल्या होत्या.

रामचंद्र दत्त आणि मनमोहन हे दोघेही रामकृष्णांकडे सर्वात आधी आलेले प्रापंचिक शिष्य होते. त्यानंतर पुढे कित्येक लोक आले, ज्यांपैकी काही संन्यासी शिष्य बनले. रामकृष्ण आपल्या या दोन्ही शिष्यांशी खूप वार्तालाप करत असत. एके दिवशी मात्र रामचंद्र दत्त खूपच अधीर झाले. त्यांनी रामकृष्णांचे दोन्ही खांदे धरून हलवत त्यांना म्हटले, 'आपण काही करत का नाही... आपल्याला काहीतरी करायलाच हवंय... कृपया काहीतरी करा...' त्यावर रामकृष्ण त्यांना म्हणाले, 'हे पाहा, माझ्यावर तुझं काही कर्ज नाही. तुला इथं यायचं असेल तर ये, अथवा नाही आलास तरी चालेल.' त्यानंतर रामचंद्र दत्त शांतपणे बसू लागले. गुरूंकडे आग्रह करून घाईघाईत ज्ञानप्राप्ती करता येत नाही, हे त्यांच्या लक्षात येऊ लागले. खरे तर कोणताही शिष्य अधीर होतो, तेव्हा त्याला वाटते, आपण ध्येयप्राप्तीच्या अगदी निकट आहोत, तरी ती आपल्याला का प्राप्त होत नाही? अशा स्थितीत कधी-कधी तो स्वतःला रोखू शकत नाही. रामचंद्रांबाबतही असेच काहीसे झाले होते. परंतु भविष्यात रामकृष्णांकडून ज्ञानप्राप्ती करून, ते इतर शिष्यांसाठी एक आदर्श उदाहरणच ठरले.

■

२४

पहिल्यांदा साकारली गुरूंची भूमिका

रामकृष्ण आयुष्यामध्ये प्रथमच गुरूंची भूमिका साकारत होते. पूर्वी ते ज्या प्रकारे लोकांशी संवाद साधत त्यात, आणि आता जसा शिष्यांशी संवाद साधत, या दोन्ही पद्धतींमध्ये फरक पडू लागला होता. आता सत्य श्रवण करण्यासाठी येणारे लोक भक्ती आणि ज्ञान यांनी परिपूर्ण व्हावेत याकडे ते कटाक्षाने लक्ष देत असत. त्यासाठी त्यांनी आपल्या प्रारंभीच्या दोन शिष्यांबाबत प्रयोग करणे सुरू केले होते.

रामकृष्णांकडे नियमितपणे येऊन त्यांच्या ज्ञानवाणीचे श्रवण केल्यामुळे रामचंद्र दत्त यांचे धैर्य वाढू लागले होते. त्यांना आनंदाची जाणीव होऊ लागली होती. रामकृष्णांचे हे शिष्य भविष्यात त्यांच्या ज्ञानाचा प्रचार-प्रसार करण्यासाठीही कारणीभूत ठरणार होते. रामचंद्र दत्त यांनी नंतर ज्या शिष्याला ज्ञानप्राप्तीसाठी प्रेरित केले, त्यानेच पुढे रामकृष्णांची शिकवण विश्वभरात साऱ्या मानवजातीपर्यंत पोहोचवली. त्या अप्रतिम शिष्याचे नाव आहे, नरेंद्र म्हणजेच स्वामी विवेकानंद!

एकदा रामकृष्णांनी प्रापंचिक लोकांना मार्गदर्शन करताना सांगितले, 'लग्नानंतर स्त्रीला जोपर्यंत अपत्यप्राप्ती होत नाही, तोपर्यंत तिचं मन मोहमायेत, प्रापंचिक गोष्टींमध्येच गुंतलेलं असतं. त्या वेळी ती स्वतःच्या मनाला सुखावणाऱ्या गोष्टी करण्यातच व्यग्र झालेली असते. पण, अपत्यप्राप्ती होताच तिचं संपूर्ण लक्ष आपल्या बाळाकडेच लागलेलं

असतं. ती रात्रंदिवस आपल्या बाळाचं संगोपन करण्यातच व्यस्त होते. अगदी तसंच एक शिष्यसुद्धा त्या स्त्रीसारखाच असतो. ज्ञानाच्या न्यूनतेमुळे आधी तो प्रापंचिक गोष्टींत आणि मायावी सुविधांमध्ये रममाण असतो. ज्ञानप्राप्तीनंतर मात्र त्याचं संपूर्ण लक्ष सत्यप्राप्तीवरच केंद्रित झालेलं असतं.'

'सर्वात आधी आपल्या अंतरंगात मातेला जागृत करायला हवं. त्यानंतर मनोभावे तिच्या सेवेत स्वत:ला वाहून घ्यायला हवं,' अशी शिकवण रामकृष्णांनी रामचंद्र दत्त आणि मनमोहन यांच्यासारख्या प्रापंचिक शिष्यांना दिली.

रामचंद्र आणि मनमोहन यांच्यानंतर रामकृष्ण यांना आणखी एक शिष्य लाभला. त्याचे नाव सुरेश होते, परंतु रामकृष्ण त्याला 'सुरेंद्र' नावाने संबोधत असत. त्याला दारू पिण्याचे व्यसन होते. रामकृष्णांनी त्याला उपदेश देताना म्हटले, 'तू ज्या ठिकाणी बसून दारू पितोस, तिथे आपल्यासोबत मातेला का घेऊन जात नाहीस? तू मनसोक्त मद्यप्राशन कर. पण आधी त्याचा नैवेद्य मातेला तर दाखव. शिवाय, तुला नशा चढणार नाही, ही गोष्टसुद्धा तू दारू पीत असताना लक्षात ठेव.' अशा प्रकारचे मार्गदर्शन मिळाल्यानंतर काही दिवसांतच सुरेंद्र दारूच्या व्यसनातून पूर्णपणे मुक्त झाला. रामकृष्ण आपल्या प्रत्येक शिष्याबाबत अशाच प्रकारे कार्य करत असत.

पूर्ण सखोलतेने काम करण्याची ज्याची इच्छा आहे, असे लोकच आपल्याकडे यावेत, असे त्यांना वाटत असे. मात्र, त्या वेळी त्यांच्याकडे प्रापंचिक लोकच अधिकांश प्रमाणात येत असत. कारण प्रापंचिक लोकांनाच त्यांच्या आयुष्यात त्रास, चिंता आणि समस्या अधिक जाणवत असत. रामकृष्णांना त्या वेळी आवतीभोवतीच्या लोकांमध्ये जे दिसत असे, त्यानुसार मार्गदर्शन करताना ते म्हणत, 'एक-दोन मुलं होईपर्यंत पती-पत्नीसारखं राहणं ठीक आहे. त्यानंतर मात्र एकमेकांशी आपली वर्तणूक भाऊ-बहिणीसारखी असायला हवी. आपलं संभाषणही त्याप्रमाणेच असायला हवं. आपण आध्यात्मिक चिंतन-मनन करायला हवं आणि आपला एक संघ बनवायला हवा.'

त्यानंतर त्यांच्याकडे लाटू नावाचा एक शिष्य आला, जो परमहंसांचा सेवेकरी (परिचारक) बनला. मग राखाल नावाचा शिष्य आला, ज्याला त्यांनी आपल्या मानसपुत्राच्या स्वरूपात स्वीकारले. 'मानसपुत्र म्हणजे, जो मनाशी निगडित झालेला असेल असा.' हे शिष्य दीर्घ कालावधीकरिता रामकृष्णांसोबत राहिले होते. काही शिष्य धनाढ्य होते... काही गरीबही होते... काही अशिक्षित होते, तर काही डॉक्टरसारखी पदवी मिळवलेले उच्चविद्याविभूषितही होते. तेही त्यांचे शिष्य बनले. रामकृष्णांचा सर्वाधिक

वयोवृद्ध असा जो शिष्य होता, त्याचे नाव गोपाळ असे होते. तो कागदाचा व्यापारी होता. हळूहळू रामकृष्णांकडे अनेक प्रकारचे लोक शिष्य बनण्यासाठी येऊ लागले. त्यांतील तरुण शिष्यांना ते संन्यास दीक्षा देऊ लागले. या सर्व शिष्यांना भविष्यात शारदामातेकडून मार्गदर्शन मिळू लागले. एकोणिसाव्या शतकात मात्र त्या सर्वांनी एकत्रितपणे, संघभावनेने 'रामकृष्ण मिशन'चे कार्य पुढे चालवले.

■

२५

रामकृष्णांची नरेंद्रशी भेट

एके दिवशी रामकृष्णांना स्वप्नात नरेंद्रचा चेहरा दिसू लागला. खरे तर त्या वेळी ते त्याला ओळखतही नव्हते आणि त्यांची कधी भेटही झालेली नव्हती. नरेंद्रच्या आधीही जे शिष्य त्यांच्याकडे आले होते, त्या सर्वांचे चेहरेसुद्धा असेच अधूनमधून त्यांना दिसायचे. त्यामुळेच कधी-कधी त्यांच्यासमोर एखादा मनुष्य आला तर ते त्याला विचारत, 'अरे, इतके दिवस का लावलेस?' एके दिवशी नरेंद्र खरोखरच त्यांच्यासमोर आला, तेव्हा त्याचा हात पकडत ते म्हणाले, 'तू यायला इतके दिवस का लावलेस, इतके दिवस तू माझ्याशिवाय कसं राहू शकलास?' असे म्हणत असतानाच ते अत्यंत भावूक झाले, त्यांचे डोळे भरून आले. ते पुढे म्हणाले, 'मी कधीपासून तुझी वाट पाहतोय. लोकांच्या निरर्थक गप्पा ऐकून माझे कान किटले होते. आता तू आला आहेस, तर एका सत्यशोधकाशी संवाद साधण्याचा आनंद प्राप्त होऊ शकेल. तू साक्षात् नररूपी नारायण आहेस आणि या जगाच्या उद्धारासाठी मनुष्यरूपात अवतरला आहेस.'

रामकृष्णांचे हे शब्द ऐकून नरेंद्र संभ्रमित झाला. मनातल्या मनात तो पुटपुटला, 'मी तर विश्वनाथ दत्त यांचा सर्वसामान्य मुलगा आहे. पण रामकृष्ण परमहंस माझ्याशी असे बोलत आहेत, जणू मी म्हणजे कोणी नुकताच आकाशातून अवतरलेला दैवी पुरुष आहे!'

रामकृष्णांच्या गोष्टी नरेंद्रला अजिबातच समजत नव्हत्या. रामकृष्णांना मात्र नरेंद्रबाबतच्या सर्व शक्यता अगदी स्पष्टपणे दिसत होत्या. त्यामुळेच तर त्यांनी नरेंद्रचा

उल्लेख नारायण असा केला होता. भविष्यात नरेंद्रने 'स्वामी विवेकानंद' या नावाने केवळ भारतभूमीतच नव्हे, तर जगभरातील वेगवेगळ्या देशांमध्येही रामकृष्ण परमहंसांच्या शिकवणुकीचा प्रसार केला, हे तर आपणा सर्वांना माहीतच आहे.

रामकृष्णांची अतार्किक वर्तणूक पाहून नरेंद्र द्विधावस्थेत पडले.

'हे खरोखरच एक संत आहेत, की कोणी मनोरुग्ण?' अशी शंका वारंवार त्यांच्या मनात डोकावून जात असे. नरेंद्र जेव्हा तिथून परतू लागले, तेव्हा लवकरच ते पुन्हा परत येतील, केवळ या एकाच अटीवर रामकृष्णांनी त्यांना तिथून जाऊ दिले.

सर्वसाधारणत: शिष्य आपल्या गुरूंकडे त्यांना भेटण्याची परवानगी मागत असतो. पण, गुरू-शिष्याच्या या जोडीमध्ये मात्र गुरू स्वत:च शिष्याकडे त्याला भेटण्याची परवानगी मागत होते. कारण हा शिष्य अजून जागृत झालेला नव्हता. त्याचे मडके अजूनही कच्चेच होते. त्याला अजून वास्तवाचे भान आलेले नव्हते आणि आपल्यातील शक्यता, आपल्यातील चैतन्य तो ओळखू शकलेला नव्हता. आपण विश्वासाठी कसे प्रेरणास्रोत ठरणार आहोत, ही गोष्ट त्याला माहीतच नव्हती. लवकरच गुरू रामकृष्ण परमहंस आणि गुरुमाता म्हणजे कालीमाता यांचा सहवास नरेंद्रला आयुष्याच्या एका नव्या वळणावर घेऊन जाणार होता.

रामकृष्णांना नरेंद्रमध्ये नेहमी नारायणच दिसत असत, त्यामुळे ते त्याच्यावर अमर्याद प्रेम करत असत. त्यांनी स्वत: ज्या परमानंदाचा अनुभव घेतला होता, तोच अनुभव ते आपला शिष्य नरेंद्रलाही घडवू इच्छित होते. खरे तर ते नरेंद्रचा हा दोन नौकांवरील प्रवास थांबवू इच्छित होते. कोणताही सिद्ध गुरू एखाद्या पुढाऱ्यासारखे केवळ आपल्या भक्ताचे मत मिळवण्यासाठी त्याला खूश करत नसतो. शिवाय, गुरूंना आपला भक्ताकडून अथवा शिष्याकडून कोणत्याही व्यक्तिगत लाभाची अपेक्षाही नसते, ते अगदी निरपेक्ष असतात. कारण ते लाभ, हानी या सामान्य क्रियांहून खूप उंचीवर पोहोचलेले असतात.

रामकृष्णांनी लवकरच नरेंद्रला समाधिवस्थेची चुणूक दाखवली. समाधिवस्था काय असते, याची नरेंद्रला तोपर्यंत जाणीवच झालेली नव्हती.

एकदा नरेंद्र आपल्या काही मित्रांसोबत दक्षिणेश्वरला आले. त्या वेळी रामकृष्ण मंदिरात बसलेले होते. नरेंद्रला पाहताच त्यांना आपल्याजवळ बसण्याविषयी खुणावले. भजनास सुरुवात झाल्यावर रामकृष्ण आपल्या जागेवरून हळूहळू सरकत-सरकत त्यांच्याकडेच येत असल्याचे नरेंद्रने पाहिले. आता ते पुन्हा पहिल्यासारखेच बोलू लागतील, अशी नरेंद्रला शंका येऊ लागली. जेव्हा ते अगदी जवळ आले आणि त्यांनी

आपला हात नरेंद्रच्या डोक्यावर ठेवला, तेव्हा नरेंद्र एका अनोख्या भावावस्थेत पोहोचले. रामकृष्णांनी नरेंद्रला प्रथमच हा समाधिवस्थेचा अनुभव दिला होता.

या अनुभवानंतर नरेंद्रना खूप भीती वाटू लागली, त्यांना मृत्यूची जाणीव होऊ लागली. अखेर त्यांनी धीर एकवटून म्हटले, 'आपण हे काय करत आहात? मला माझ्या आई-वडिलांकडे जायचं आहे.' तेव्हा रामकृष्ण त्याच्या तेजस्थानावर (हृदयावर) हात ठेवत म्हणाले, 'ठीक आहे, आता राहू दे. याबाबतीत अजिबात घाई करायला नको. आज केवळ इतकंच पुरेसं आहे.' अशा प्रकारे नरेंद्र समाधिवस्थेतून बाहेर पडले. आधी नरेंद्रला अशा अनुभवांसाठी सिद्ध करायला हवे, तरच तो समाधीसारख्या अवस्थेचे सक्षमपणे जतन करू शकेल, याची रामकृष्णांना जाणीव झाली. ते नरेंद्रच्या अंतरंगातील क्षमतांना पाहू शकत असल्याने आपले ज्ञान आणि अनुभव यांचा उपयोग तो लोककल्याणासाठीच करेल, हे त्यांना ठाऊक होते.

■

२६

रामकृष्णांचा प्रिय शिष्य - नरेंद्र

रामकृष्ण आणि त्यांचा शिष्य नरेंद्र ही एक आगळीवेगळी जोडी होती. खरे तर ही जोडी तयार होण्यासाठी काहीसा वेळच लागला, कारण सुरुवातीला नरेंद्र या विषयात अगदीच कच्चे होते. जसजसे नरेंद्र तयार होऊ लागले, तसतशी ही जोडी विश्वप्रसिद्ध झाली. गुरू-शिष्य संबंधात, सत्यदाता सद्‌गुरू आणि मुमुक्षू साधक शिष्य यांच्यात दोन्हीकडून समान आकर्षण निर्माण झालेले असते. त्यामुळे या नात्याला सर्वात महत्त्वपूर्ण नाते, तेजनाते असे संबोधले आहे. हे एक असे नाते आहे, जे इतर सर्व नात्यांहून आगळेवेगळे असते. गुरू रामकृष्ण परमहंस यांचेही शिष्य नरेंद्रशी, असेच काहीसे नाते निर्माण झाले होते.

सुरुवातीला गुरूंकडून मिळलेल्या ज्ञानाविषयी शिष्याच्या मनात साशंकता निर्माण होणे साहजिकच आहे. तसेही, सत्य हे शब्दांद्वारे व्यक्त करणे कठीणच असते. तरीही गुरू ते सत्य आपल्यासाठी अत्याधिक सोप्या शब्दांत व्यक्त करत असतात. त्यासाठी गुरूंना कधी-कधी अतार्किक गोष्टी अथवा अतार्किक वर्तन करावे लागते. त्यामुळे शिष्याच्या मनात भ्रम उत्पन्न होतो. त्याला गुरूंचा उपदेश आणि त्यांचे वर्तन कळतच नाही. परंतु, गुरूंच्या अशा वागण्यामागेही नक्कीच काहीतरी उद्देश असावा, याविषयी शिष्याच्या मनात ठाम विश्वास असायला हवा. योग्य वेळ येताच गुरू आपल्या शिष्यांसमोर सर्व रहस्ये उलगडतात.

रामकृष्णांकरिता नरेंद्र साक्षात् नारायणच होते. कारण त्यांनी आधीच आपल्या या

शिष्यातील गुण हेरले होते. त्याची निरागसता व त्याचा प्रामाणिकपणा त्यांना अतिशय भावला होता. निष्कपटपणा हा नरेंद्रचा स्थायीभाव होता. 'मला कालीमाता दिसते, असं जेव्हा आपण म्हणता, तेव्हा आपल्या बुद्धीत नक्कीच काहीतरी गडबड असावी, त्यामुळेच आपल्याबाबत असं होत असावं, असं मला वाटतं.' असे ते नेहमी रामकृष्णांना म्हणत असत. असे बोलून खरे तर नरेंद्र आपल्या गुरूंबाबत प्रश्नचिन्हच निर्माण करत असत; पण रामकृष्णांना नरेंद्रच्या बोलण्याचे कधीही वाईट वाटले नाही. उलट, अशा वेळी ते म्हणत, 'अच्छा, असं आहे काय! थांब, मी लगेच जाऊन मातेला विचारून येतो.' मग हसत-हसत ते परत येत आणि म्हणत, 'अरे, तू म्हणतोस तसं काही नाहीये. माता म्हणतेय, नरेंद्र अजून लहान आहे, आत्ताच त्याला सगळ्या गोष्टी समजू शकणार नाहीत. जसजसा तो मोठा होत जाईल, तसतशी त्याची आकलनक्षमता वाढत जाईल.'

रामकृष्णांना नरेंद्रबाबत इतका विश्वास होता, की कधीही कोणी बुद्धिजीवी जिज्ञासू त्यांना भेटायला आले, तर ते नरेंद्रला त्यांच्यासमोर बसवत आणि म्हणत, 'आता आपण चर्चेला सुरुवात करू या.' या चर्चेदरम्यान नरेंद्रकडून व्यक्त होणाऱ्या गोष्टी ऐकून रामकृष्णांना खूप आनंद होत असे. 'व्वा! काय बोललास. अगदी लाखमोलाची गोष्ट सांगितलीस तू.' असे ते त्याला प्रोत्साहनपर बोलत असत. रामकृष्ण असे का वागतात, हे त्या वेळी नरेंद्रला समजत नसे. मग हळूहळू त्यांना समजू लागले, ही तर त्यांचीच लीला आहे! नरेंद्रला वाटत असे, 'मी किती मौलिक गोष्ट सांगितली, त्या बुद्धिजीवी पंडितासमोर किती चांगले विचार सुस्पष्टपणे मांडले, किती वेगवेगळ्या पुस्तकांचा, ग्रंथांचा संदर्भ दिला.' रामकृष्ण हे सर्व शांतपणे ऐकून घेत असत.

शिष्याद्वारे गुरूंची परीक्षा

रामकृष्ण कधीही धन-संपत्तीला स्पर्श करत नसत, ही गोष्ट शिष्य नरेंद्रला चांगल्याच प्रकारे ठाऊक होती. तरीही, एकदा त्याने परीक्षा घ्यायच्या हेतूने त्यांच्या बिछान्याखाली एक नाणे लपवून ठेवले. रामकृष्ण त्या बिछान्यावर बसताक्षणीच उठून उभे राहिले आणि इकडेतिकडे पाहू लागले. त्यांना असे संभ्रमित झालेले पाहून एका शिष्याने विचारले, 'काय झालं गुरुदेव, काही अडचण आहे का?' त्यावर ते म्हणाले, 'मला वाटतं, आज इथे वेगळं असं काहीतरी घडत आहे, कारण मला आज वेगळेच तरंग जाणवत आहेत. जरा पाहा बरं.' त्या शिष्याने त्यांचे अंथरूण झटकताच लगेच ते नाणे खाली पडले. रामकृष्णांनी नरेंद्रकडे एक कटाक्ष टाकला, तेव्हा हा कुणाचा खोडकरपणा आहे, हे त्वरित त्यांच्या लक्षात आले. ते पाहून नरेंद्र मात्र गुपचूप तेथून सटकला. 'रामकृष्ण खरोखरच सिद्ध पुरुष आहेत, की त्यांच्यात काही बौद्धिक कमतरता आहे? त्यांना खरोखरच

कालीमातेचे साक्षात् दर्शन होते, की केवळ काही सांगायचे म्हणून ते तसे सांगतात?' नित्य नवनवे प्रयोग करून नरेंद्र हे पडताळून पाहत असे.

शिष्य जोपर्यंत परिपक्व होत नाही, तोपर्यंत त्याला वरचेवर असे नानाविध प्रश्न सतावत असतात. रामकृष्णांच्या करुणारूपी प्रेमालासुद्धा नरेंद्र समजू शकत नव्हते, त्यामुळे तो वरचेवर रामकृष्णांना म्हणायचा, 'मरताना राजा भरताची जशी अवस्था झाली, तशीच तुमचीसुद्धा होणार आहे. राजा भरताला मृत्युसमयी आपल्या हरणाविषयी प्रेम दाटून आले, त्यामुळे मृत्यूनंतर ते पुन्हा हरणाच्या योनीतच जन्मले, त्यांना मोक्ष मिळू शकला नाही. आपणदेखील माझ्यावर इतकं प्रेम करता, की हा मोहच तुम्हांला मृत्युलोकी अडकवून ठेवेल आणि त्यामुळे तुम्हांला मुक्ती मिळू शकणार नाही.' त्यावर रामकृष्ण म्हणत, 'अरेच्चा, असं आहे काय? थांब, मी लगेच जाऊन मातेला विचारून येतो.' 'तुझ्या अशा गोष्टी ऐकायला अगदी चांगल्या वाटतात. तू जे संदर्भ देतोस त्यातही तथ्य आहे; पण मी तरी काय करू, तुला पाहिल्याशिवाय मला चैनच पडत नाही,' असेही कधी-कधी ते म्हणत. त्यानंतर ते गाभाऱ्यात जात आणि बाहेर येऊन नरेंद्रला म्हणत, 'अरे, तू सांगतोस तसं नाहीये. मी तुझ्यामध्ये नररूपी नारायणाला पाहतो, त्यामुळेच मी तुझ्या प्रेमात पडलो आहे. ज्या दिवशी तुझ्यातला नारायण मला दिसणं बंद होईल, त्या दिवसापासून मला तुझं तोंड पाहायचीदेखील इच्छा होणार नाही, असं मला मातेनं सांगितलं.'

रामकृष्ण नरेंद्रला उपदेश करताना म्हणत, 'तू ज्या कोणत्या स्वरूपातील ईश्वराला साद घालतोस, ज्याची ध्यानधारणा करतोस, तीच करत राहा. तुला तुझ्या पद्धतीनं ईश्वरप्राप्ती करायची असेल, तर तू तुझ्याच पद्धतीनं श्रद्धापूर्वक ध्यानधारणा आणि प्रार्थना करत राहा. ज्या दिवशी तुझी प्रार्थना सफल होईल, त्या दिवसापासून तुझी आस्था, श्रद्धा त्या स्वरूपात विलीन होऊन तू त्याच देवतेला मानू लागशील.'

■

२७

विश्वासाचे महत्त्व

रामकृष्ण आपले पहिले दोन शिष्य, मनमोहन आणि रामचंद्र दत्त यांना विविध प्रश्न विचारून, त्यांचा गुरूंप्रति असलेला विश्वास पारखत असत. ते प्रश्न विचारत, 'मला पाहून तुम्हांला काय वाटतं?' त्यावर रामचंद्र दत्त म्हणत, 'मला वाटतं, जणू मी एखाद्या चैतन्याशी बोलत आहे.' त्यावर रामकृष्ण म्हणत, 'पण तुला माझ्याबाबत काही शंका आहेत, असं मला सारखं का वाटतं?' हे ऐकून रामचंद्र निरुत्तर होत, कारण त्यांच्या मनात तर तसे भाव केव्हा न् केव्हा आलेलेच असत. गुरूंद्वारे जेव्हा पदोपदी ज्ञान मिळू शकत नाही आणि त्यांच्या उपरोधिक व तर्कातीत भाषेचे आकलन होत नाही, तेव्हा शिष्याचे मन त्यांच्याविषयी शंका घेऊ लागते. तसेही मानवी मन हे नेहमीच तऱ्हेतऱ्हेच्या शंका-कुशंकांनी भरलेले असते. नरेंद्र जेव्हा नियमितपणे रामकृष्णांकडे येऊ लागला, तेव्हा त्यांनी वेगवेगळ्या प्रसंगानुसार उदाहरणांसहित त्याला सूचित करणे सुरू केले. त्या सूचना करत असतानाच, श्रद्धा-विश्वास या विषयावर मार्गदर्शन करताना त्यांनी एक बोधकथा सांगितली.

एक राजा होता. त्याच्याकडून एका ब्राह्मणाची हत्या झाली. आता या पातकातून मुक्त होण्यासाठी कोणते प्रायश्चित्त घ्यावे, हे जाणून घेण्यासाठी राजा एका योगी-ऋषींच्या घरी गेला. त्या वेळी ते ऋषी घरी नव्हते, पण

त्यांचा मुलगा घरी होता. राजाने त्यांच्या मुलाला घडलेली सर्व घटना अगदी विस्तारपूर्वक सांगितली. त्यावर तो मुलगा म्हणाला, 'खरं तर पिताश्री घरी नाहीत; पण आपण तीन वेळा अगदी मनापासून ईश्वराचे नामोच्चारण केले, तर ते प्रायश्चित्त घेतल्यासारखेच असेल.' असे सांगून त्याने राजाला परत पाठवले.

ऋषी घरी आले, तेव्हा मुलाने त्यांना सर्व घटना सविस्तर सांगितली. त्यावर ऋषी आपल्या मुलाला दरडावत म्हणाले, 'तू राजाला प्रायश्चित्त करण्यासाठी मनापासून तीन वेळा ईश्वराचं नामोच्चारण करायला का सांगितलंस? प्रायश्चित्त करण्यासाठी तर ईश्वराचे मनापासून एक वेळ केलेले नामोच्चारणही पुरेसं ठरू शकतं. तुझ्यात ईश्वराविषयी विश्वास नाही का?'

रामकृष्णांनी नरेंद्रला कसे घडवले, हे आणखी एका उदाहरणाद्वारे समजून घेऊ. जसे, पुरेसे इंधन उपलब्ध असेल, तर रेल्वेचे इंजिन त्याच्या प्रवासात कोणतेही अडथळे न येता आपल्या नियोजित स्थानकापर्यंत पोहोचू शकते. खरे तर इतर आणखी बोगींना वाहून नेण्याची क्षमतादेखील त्याच्यात असते. बोगींना मात्र आपल्या क्षमतेसह पुढे जाता येत नाही. तसेच संसाररूपी या बोगींमध्ये मनुष्यासोबत त्याच्या चिंता, भयगंड, ताणतणावांचे ओझे अशा नकारात्मक भावभावनांचे ओझे असते. त्यांना खेचून अंतिम स्थानापर्यंत पोहोचवण्याचे सामर्थ्य केवळ इंजिनात असते, त्यामुळे त्याला सदैव दक्ष राहावे लागते.

जसे, सागरातील एक शिंपला आपले तोंड उघडून पाण्यावर तरंगत असतो. पावसाचा एक थेंब त्याच्या मुखात पडताच तो आपले तोंड मिटून घेतो. शिवाय, जोपर्यंत त्या थेंबाचे मोत्यामध्ये रूपांतर होत नाही तोपर्यंत समुद्राच्या पोटात दडी मारून बसतो. शिष्यानेसुद्धा त्या शिंपल्यासारखेच बनायला हवे. गुरूंद्वारे मिळणारे ज्ञानरूपी बीज स्वीकारून, त्या ज्ञानाचा मोती बनून जोवर चमकत नाही, तोवर त्याने गर्भात म्हणजे ध्यानात बसायला हवे. शिष्य असा असायला हवा, जो ज्ञानरूपी मोती घडवू शकेल आणि त्या मोत्याची निर्मिती होत नाही, तोपर्यंत ते ज्ञानबीज आपल्या अंतरात सुरक्षित रुजवेल.

एकदा रामकृष्ण आपल्या शिष्यांना मार्गदर्शन करताना म्हणाले,

एक गोदाम तांदळाच्या गोण्यांनी भरलेले होते. गोदामाच्या मालकाला तेथे काही उंदीर दिसले. तांदळाच्या पोत्यांचे उंदरांपासून संरक्षण करण्यासाठी त्याला एक युक्ती सुचली. त्याने बाजारातून हलक्या प्रतीचा गूळ विकत

घेऊन त्यात थोडेसे तांदूळ मिसळून ते गोदामाच्या बाहेर ठेवले; जेणेकरून उंदरांनी गोदामाच्या बाहेरील गूळ खाऊन संतुष्ट व्हावे, त्यांनी गोदामात येऊच नये, हाच त्या मागचा उद्देश!

या उदाहरणात तांदूळ हे ईश्वराचे प्रतीक आहेत. गूळ हे मायेचे आणि उंदीर मनुष्याचे प्रतीक आहे.

ज्या लोकांमध्ये ईश्वरप्राप्तीचीच तृष्णा असते, केवळ असेच लोक गोदामाच्या आतपर्यंत जाऊ शकतात, ते गूळरूपी मायेने संतुष्ट होत नाहीत. अन्यथा, हल्ली कित्येक लोक हलक्या दर्जाच्या गूळरूपी मोहमायेतच गुंतलेले दिसतात. असे लोक आयुष्यभर केवळ प्रापंचिक गोष्टींतच अडकून राहिल्याने, ते कधीही आपल्या अंतरंगात डोकावू शकत नाहीत.

जसे, हल्ली लोक संगणकावर इंटरनेट चालू करतात, तेव्हा समोर कित्येक वेबसाइट्स दिसू लागतात. त्या वेबसाइट्स जाणीवपूर्वक उघडलेल्या असतात, कारण संतुष्टी मिळवून संगणक बंद करता येईल. परंतु, अशाही काही वेबसाइट्स आहेत, ज्या आपल्याला ईश्वराविषयी मार्गदर्शन करत असतात. मात्र, लोक अशा वेबसाइट्स उघडतच नाहीत. म्हणजे जे पाहण्यासाठी संगणक उघडलेला असतो, तेच ते पाहत नाहीत. ते फक्त हलक्या दर्जाच्या वेबसाइट्स पाहण्यात म्हणजे स्वस्त गुळातच अडकतात. अशा प्रकारे मायेच्या आवरणाखाली जगतच ते एके दिवशी या मायावी जगाचा निरोप घेतात. लोक भ्रामक अशा स्वस्त गोष्टींच्या जंजाळातच अडकून ईश्वराला विसरून जातात. इतके की, मृत्युशय्येवर असतानासुद्धा त्यांना त्याचे स्मरण होऊ शकत नाही.

नरेंद्रमध्ये सत्यप्राप्तीची तृष्णा जागृत झालेली होती, त्यामुळे ते रामकृष्णांच्या प्रत्येक आज्ञेचे पालन करत. शिवाय, त्याची अंमलबजावणीही काटेकोरपणे करत असत. रामकृष्णांनी आपल्या नरेंद्रनामक शिष्याला असे काही तयार केले, की त्याने संपूर्ण विश्वभरात त्यांच्या उपदेशाचा आणि त्यांच्याद्वारे प्राप्त झालेल्या ज्ञानाचा प्रसार केला.

■

२८

रामकृष्ण परमहंसांचा शास्त्रार्थ

अठराव्या शतकात एखाद्या मनुष्याला आत्मसाक्षात्कार प्राप्त करायचा असेल, तर ब्राह्मोसमाजाचे लोक आणि वेगवेगळ्या संप्रदायांचे प्रतिनिधी जेव्हा रामकृष्णांचे विचार ऐकण्यासाठी येत असत, तेव्हा तेथे त्यांच्यात कशा प्रकारची चर्चा व्हायची, हे एका शास्त्रार्थाच्या उदाहरणातून समजून घेऊ. (पूर्वी काही ज्ञानी-पंडित एकत्र येऊन एखाद्या विषयावर चर्चा, विचारविनिमय करत असत, तेव्हा त्या धर्मचर्चेला शास्त्रार्थ असे म्हणत.) ज्यामुळे रामकृष्ण त्यांना कशा प्रकारे प्रतिसाद देत असत, हे आपल्याला समजू शकेल.

एकदा रामकृष्ण परमहंसांकडे एक मनुष्य ईश्वराच्या अस्तित्वाविषयी शास्त्रार्थ करण्यासाठी आला. ईश्वर ही मानवी मनाची केवळ एक संकल्पनाच आहे. प्रत्यक्षात ईश्वर वगैरे असे काही नसते, असे त्याचे म्हणणे होते. शास्त्रार्थादरम्यान आपल्या विविध कल्पना तो रामकृष्णांपुढे प्रस्तुत करत होता. लोक आपले म्हणणे पटवून देण्यासाठी एकमेकांसमोर आपापल्या कल्पना मांडत असतात, हे तर आपल्याला माहीत आहेच. पण सर्वसाधारणपणे असे केल्यानेही गुंता सुटत नसतो. खरे तर आपल्या अंतरंगाच्या स्पष्टतेवरच ही गोष्ट अवलंबून असते, ज्याचे वर्णन शब्दातीत आहे.

रामकृष्ण आणि तो मनुष्य यांच्यात अगदी जोरदारपणे शास्त्रार्थाची चर्चा सुरू होती. समोरचा मनुष्य आपले तर्क प्रस्तुत करत होता. आश्चर्याची गोष्ट म्हणजे, तो जितक्या ठामपणे आपल्या कल्पना मांडत होता, तितके रामकृष्ण अधिकाधिक खूश होत होते.

वेळोवेळी ते त्याला उत्तेजन देत म्हणत, 'अगदी बरोबर, अतिशय योग्य अशी गोष्ट सांगितलीस तू.' हे पाहून त्या माणसाला खूपच नवल वाटले. कारण रामकृष्ण आपल्या कल्पनांना खोडून काढण्याचा प्रयत्न करतील, असेच त्यांना वाटत होते. परंतु इथे तर उलटेच घडत होते, रामकृष्ण त्याच्या कल्पना ऐकून खूशच होत होते.

बराच वेळ हे असेच चालू राहिले, तेव्हा तो मनुष्य थोडा द्विधावस्थेत पडला, विचलित झाला. त्याला वाटू लागले, 'रामकृष्ण माझ्या कल्पनांना खोडून काढण्याचा अजिबातच प्रयत्न करत नाहीत. याचाच अर्थ, मी अगदी योग्य दिशेने जात आहे. माझे सगळे तर्क अगदी योग्य आहेत.' त्याच वेळी रामकृष्ण त्याला म्हणाले, 'तू इतक्या जोरदारपणे आणि ठामपणे आपले तर्क मांडलेस, ते ऐकून मी तर हैराणच झालो. वास्तविक, इतक्या सशक्त आणि उत्तम कल्पना ईश्वराशिवाय इतर कोणीही मांडू शकत नाही, त्यामुळे तू स्वतःच ईश्वराच्या अस्तित्वाचा एक पुरावा आहेस.' हे उत्तर ऐकून, रामकृष्ण कोणत्याही तर्क-वितर्क, शास्त्रार्थ चर्चा यापेक्षा अधिक उंचीवर असे महात्मा आहेत, हे त्या मनुष्याला पूर्णपणे कळून चुकले.

तो मनुष्य शास्त्रार्थ चर्चेत रामकृष्णांना हरवून स्वतः जिंकू इच्छित होता. त्याला ईश्वराच्या अस्तित्वाविषयी काहीही घेणेदेणे नव्हते, त्याला तर केवळ आपण जिंकावे, हीच एक महत्त्वाकांक्षा होती. तो आपले तर्क सिद्ध करून केवळ समोरच्यावर विजय प्राप्त करू इच्छित होता. कारण विजयानेच त्याचे समाधान होणार होते. याचाच अर्थ, तो मनुष्यसुद्धा स्वतःसाठी समाधानाचा, आनंदाचा शोध घेत होता. पण ही गोष्ट तो अगदी सरळपणे करण्याऐवजी आडवळणाने करत होता इतकेच! रामकृष्ण परमहंसांसारख्या महान संताने आता त्याच्या कल्पनांचे कौतुक करून त्याला नवी उमेद प्राप्त करून दिली होती. त्यामुळे त्याला आपल्या विजयाची जाणीव आनंदी करत होती. तो आपल्या या कल्पनेतील विजयातच इतका हरवून गेला, की त्याला रामकृष्णांचा तर्क समजूच शकला नाही. कारण रामकृष्णांचा तर्क समजण्यासाठीही अनुभवाचे, परमहंस चेतनेचे ज्ञान असणे आवश्यक असते.

■

२९

रामकृष्ण परमहंसांचा सत्संग

रामकृष्णांच्या सत्संगात लोकांना दिवसभर येता-जाता यावे अशा पद्धतीने सत्रांची योजना केलेली असे. एक मनुष्य उठून गेला, की दुसरा तिथे येऊन बसत असे. सत्संगात येणाऱ्या भाविकांशी रामकृष्ण अगदी सहज गप्पांच्या स्वरूपात संवाद साधत असत. ते एखाद्याला विचारत, 'कुठे गेला होतास?' तो मनुष्य सांगत असे, 'अमुक एका ठिकाणी खुर्ची विकत घेण्यासाठी गेलो होतो.' त्यानंतर ते खुर्चीच्या भावाविषयी बोलू लागत. 'खुर्ची किती रुपयांना मिळाली, कशी आणली, त्यासाठी किती भाडे द्यावे लागले, खुर्चीची गुणवत्ता चांगली आहे का?' इत्यादी प्रश्न विचारत. म्हणजेच सत्संगात सर्व प्रकारच्या गप्पागोष्टी चालत आणि अधूनमधून ज्ञानार्जनाचाही सर्व उपस्थितांना लाभ होत असे.

वरिष्ठ साधूंची सेवा

रामकृष्णांच्या सत्संगात साधू-संत-महात्मे असे विविध प्रकारचे लोक येत असत. एके दिवशी एक वरिष्ठ साधू तिथे आले, तेव्हा सन्मानपूर्वक त्यांना आत आणून आदराचे स्थान दिले गेले. आत आल्यानंतर एक सेवक रामकृष्णांना पंख्याने वारा घालत असल्याचे पाहून त्या साधूंनी विचारले, 'मलासुद्धा अशी सेवा करण्याची संधी मिळेल का? मीसुद्धा रामकृष्णांना पंख्याने वारा घालू इच्छितो.' त्यानंतर त्यांनी थोडा वेळ सेवेची जबाबदारी घेऊन रामकृष्णांना वारा घालू लागले. ते पाहून रामकृष्ण म्हणाले, 'आज तर माझं भाग्यच उजळलं. आज महाराज स्वत: माझ्यासाठी पंखा हलवत आहेत.' अशा प्रकारे रामकृष्ण

आपल्या सत्संगात खुर्चीच्या दरापासून नशिबाच्या भाग्यरेषांपर्यंत कित्येक विषयांवर प्रबोधन करत असत.

अप्रत्यक्ष संदेश

अशा प्रकारे कधी कोणी सुशिक्षित, ज्ञानी अथवा प्रभावशाली मनुष्यही सत्संगात येत, तेव्हा ते त्याला विचारत, 'लग्न झालंय का?' यावर 'होय, माझं लग्न झालं आहे,' असे त्याने उत्तर दिले, तर ते ऐकून आपल्या एखाद्या शिष्याकडे पाहून म्हणत, 'बघ, याचंसुद्धा लग्न झालेलं आहे. हा चांगला माणूस आहे, खूप काही करू शकतो.' यातून अप्रत्यक्ष रूपाने ते हे सुचवत असत, 'आता या मनुष्यावर खूप जबाबदाऱ्या आल्या आहेत. आता याला खूप प्रयत्न करावे लागतील, तेव्हाच याचा निभाव लागू शकेल.'

अशा कित्येक छोट्या-मोठ्या, परंतु उल्लेखनीय गोष्टी त्यांच्याबाबत घडत असत. उच्च चेतना असलेल्या लोकांना ते सांगत, 'तुमची शेपटी गळून गेली आहे.' म्हणजेच 'बेडकाची शेपटी गळून पडल्यावर तो पाण्यातही आणि जमिनीवरही राहू शकतो. म्हणजेच आता तुम्हांला कोणताही धोका नाही.' असा या गोष्टीचा गर्भितार्थ होता. याच संदर्भाने उच्च चेतनेच्या लोकांना, 'आता तुम्ही मायेच्या आवरणाखालीही राहू शकता आणि तिच्यापासून अनासक्तही होऊ शकता, अशा अवस्थेप्रत तुम्ही पोहोचला आहात,' असेही ते नकळत सुचवत.

विवेकानंदांचे जेव्हा आगमन झाले, तेव्हा त्यांच्यासाठी रामकृष्ण म्हणत, 'हा तर आपली तलवार बाहेर काढूनच फिरत असतो, याच्यापासून सावध राहा. याची तलवार म्यानातून बाहेर पडली आहे. हा तर नररूपी नारायण आहे.' अशाच प्रकारे एखादा शिष्य काही दिवस उपस्थित राहू शकला नाही, तर ते त्याच्याविषयी विचारपूस करत, 'अरे, तो कुठे आहे, हल्ली तो काय करत असतो, कित्येक दिवसांपासून आला का नाही?' मग इतर शिष्य त्यांना त्या शिष्याच्या अनुपस्थितीचे कारण सांगत असत.

कधी-कधी जेवतानाही मध्येच त्यांची भावसमाधी लागत असे. जितका वेळ ते समाधिवस्थेत असत, त्या वेळेतही लोकांचे येणे-जाणे सुरूच असे. कोणी मिठाई आणून वाटत असे, तर इतर कोणी आणखी काही. रामकृष्ण मात्र समाधिवस्थेतच बसलेले असत. सत्संगामध्येही कधी-कधी अशा प्रकारची वातावरणनिर्मिती होत असे. या दरम्यानही ज्ञानाच्या गोष्टींवर अधूनमधून त्यांच्याकडून मार्गदर्शन मिळत असे.

वातावरण कसेही असो, जो मनुष्य स्वतःकडून तयारी दाखवतो, तो प्रत्येक स्थितीत ज्ञान ग्रहण करून त्याचा लाभ घेऊ शकतो. परंतु ज्याच्या मनाची तयारीच नसते, असा मनुष्य सत्संगात येऊनही आपल्याच विश्वात रममाण असतो. 'हे सगळं काय

चाललं आहे... आपल्याला इतरही अनेक कामं आहेत... आता हे समाधीतून कधी जागे होणार... कधी आपल्याला ज्ञान देणार... किती उशीर होतोय... त्यापेक्षा इतर दिवशी आलो असतो तर किती बरं झालं असतं...' असेच विचार त्याच्या मनात घोळत राहतात.

सत्संगासारख्या ठिकाणी एखादा नवखा मनुष्य आला, तर तो चुकीचेच अंदाज लावतो. लोक भजन गात आहेत, टाळ्या वाजवत आहेत, म्हणजेच काहीतरी बालीश हरकती चालू आहेत आणि त्यातच ते आनंद मानत आहेत, असे त्याला वाटेल. खरे तर यात खूश होण्यासारखी कोणती विशेष बाब आहे? एखादा मनुष्य प्रश्न विचारत आहे आणि इतर लोक त्याला हसून त्याला प्रतिसाद देत आहेत. यात हसण्यासारखे, प्रोत्साहन देण्यासारखे काय आहे, असेच त्या नवख्या मनुष्याला वाटेल. पण अशा प्रकारच्या अनोख्या वातावरणात रामकृष्णांचा सत्संग होत होता, हे वैशिष्ट्यपूर्ण आहे.

■

खंड ६

अंतिम क्षणी दिलेले संकेत

३०

बलरामभवनात रामकृष्ण

वयाच्या पन्नाशीनंतर रामकृष्णांना काही शारीरिक व्याधी जाणवू लागल्या. कधी-कधी त्यांच्या शरीराचा इतका दाह होत असे, की ते नदीच्या प्रवाहामध्ये शीतल जलात जाऊन उभे राहत असत. ते पाहून त्यांच्या शिष्यांनी त्यांना पिण्यासाठी बर्फ असलेले पाणी देण्यास सुरुवात केली. ते प्यायल्याने त्यांना खूपच समाधान वाटत असे. आतापर्यंत तर सर्व घरगुती उपचारच चालू होते. प्रत्येक जण येऊन त्यांच्या स्वास्थ्यासंबंधी नवनवा सल्ला देत असे आणि शिष्य त्या सूचना अमलात आणत असत. रामकृष्ण तर सदैव नवनवा प्रयोग करून पाहण्यास उत्सुक असत; परंतु अशा घरगुती उपायांनी त्यांच्या प्रकृतीत तीळमात्र फरक पडत नव्हता.

रामकृष्णांना जाणवणारा मुख्य त्रास हा त्यांच्या घशाशी संबंधित होता. त्यांचा आजार वाढत असल्याचे शिष्यांच्या लक्षात येऊ लागताच त्यांच्यावर योग्य ते उपचार करून घेण्याबाबत गांभीर्याने विचार होऊ लागला. त्यासाठी त्यांना कोलकात्याला नेण्यात आले. तिथे एका भक्ताच्या घरी त्यांची राहण्याची सोय करण्यात आली. त्या घराचे नाव होते, 'बलराम भवन'.

रामकृष्ण कोलकात्याला गेल्यानंतर दक्षिणेश्वरातील मंदिरात नित्यनेमाने येणाऱ्या भाविकांची संख्या घटू लागली. तर, रामकृष्ण कोलकात्याला येऊन राहिले आहेत, हे जेव्हा तिथल्या भाविकांना समजले, तेव्हा बलरामभवनमध्ये त्यांचा वावर वाढू लागला.

खरे तर रामकृष्णांच्या घशाला आराम मिळावा, त्यांना जास्त बोलावे लागू नये, सत्संग-प्रवचन करावे लागू नये, यासाठीच त्यांना कोलकात्याला आणण्यात आले होते. पण, आता इथेसुद्धा कित्येक लोक दररोज त्यांच्या प्रकृतीची विचारपूस करण्यासाठी येऊ लागले. ते पाहून रामकृष्ण मातेला म्हणत, 'माते, हा काय पसारा, किती गर्दी करून ठेवली आहेस तू?'

रामकृष्णांच्या भाषेत जगरहाटीची भेसळ होत नसे. ते जे काही बोलत, ते अगदी हृदयाच्या गाभ्यातून उमटलेले असे. जसे एखादे लहान बाळ आपल्या आईशी अगदी निरागसतेने बोलत असते, तसेच ते कालीमातेशी संवाद साधत असत. ते मातेला म्हणत, 'ही काय गर्दी वाढवून ठेवली आहेस, माते! एक तर आधीच माझा ढोल फाटला आहे. त्यातून दिवसभर असेच प्रत्येकाला सांगत बसलो, तर जे काही वाचले आहे, तेसुद्धा शिल्लक राहणार नाही.'

काही दिवसांनी त्यांच्या सहकाऱ्यांना ही विवंचना जाणवू लागली, तेव्हा त्यांना आराम मिळावा या दृष्टीने त्यांनी दुसरे एक घर भाडेतत्त्वावर घेतले.

आपल्या आयुष्याच्या अखेरच्या दिवसांत, 'आपल्या शरीरातून प्राणवायू कसा बाहेर पडतो?' असे ते लोकांना विचारत. म्हणजेच आपल्या मृत्यूच्या आधीसुद्धा, मृत्यू कसा होतो, हे जाणून घ्यायची त्यांची इच्छा होती. अशा प्रकारचे प्रश्न विचारून अप्रत्यक्षरीत्या ते लोकांकडून मननच करून घेत होते. हीसुद्धा यामागची सर्वाधिक महत्त्वाची बाब आहे. त्यांचे असे प्रश्न ऐकून, लोकांना ते विचारण्यामागचा त्यांचा उद्देश काय आहे, हे त्यांच्या जवळच्या शिष्यांना मात्र सतत जाणवत असे.

एखादा डॉक्टर जेव्हा त्यांना तपासण्यासाठी येई, तेव्हा ते त्या डॉक्टरांनाही विचारत, 'मी यातून बरा तर होईल ना? अद्याप मला ईश्वराची खूप स्तुती करायची आहे. बरं, हा आजार कसा बरा होईल, हे तरी सांगा. हा एखादा असाध्य असा रोग तर नाही ना? यात माझा अंत तर होणार नाही ना?' त्यांचे असे प्रश्न ऐकून डॉक्टर त्यांना धीर देण्यासाठी म्हणत, 'यात काळजी करण्यासारखं काहीच नाही. तुम्ही यातून नक्कीच बरे होणार आहात.'

नवीन घरात गेल्यानंतर मात्र रामकृष्णांना थोडा आराम मिळू लागला. खरे तर इथेही त्यांना भेटण्यासाठी खूप लोक येत असत, परंतु आधीच्या घराच्या तुलनेत इथे येणाऱ्या लोकांची संख्या काहीशी कमी असे. त्यामुळे त्यांना घशाच्या व्याधीपासून थोडा आराम मिळू लागला. या संपूर्ण घटनेदरम्यान इतरही काही गोष्टी घडल्या, पण लोकांना त्या वेळी त्या समजल्याच नाहीत. किंबहुना त्या समजण्यासाठी खूप वेळ जावा लागला.

जसे, जीजसना सुळावर लटकावण्यात आले, या घटनेमागे जगाची आज जी काही अवस्था आहे त्यात ती भूमिका खूपच महत्त्वपूर्ण आहे. पण ही बाब खूपच उशिरा समजली. अशा गोष्टी त्यावर चिंतन- मनन केल्यानंतरच लक्षात येतात. रामकृष्णांच्या घशाला कर्करोगाची बाधा होणे, जीजसना सुळावर लटकावणे, या दोन्हीही घटना खरे तर लोकोत्कर्षासाठी एक प्रकारे निमित्तमात्रच ठरल्या.

'आम्हांलासुद्धा रामकृष्णांचा सत्संग– प्रवचन ऐकण्याचे भाग्य लाभावे,' अशी प्रार्थना त्या काळी कोलकात्यामधील लोक करत असत. अशा सामुदायिकरीत्या केल्या गेलेल्या प्रार्थनांचाही स्वत:चा असा एक प्रभाव पडत असतो. त्यामुळेच गळ्याच्या कर्करोगाच्या निमित्ताने का होईना; पण रामकृष्णांना कोलकात्याला येणे भाग पडले होते.

संपूर्ण विश्वभरात परिवर्तन घडवू शकणाऱ्या ज्या काही मोठ्या गोष्टी घडताना दिसतात, त्या असंख्य लोकांच्या मनोभावे केलेल्या प्रार्थनेमुळेच शक्य होतात, हे इथे आपण लक्षात घ्यायला हवे. खरे तर सुरुवातीला लोक ते परिवर्तन स्वीकारायला तयार नसतात. 'असं व्हायला नको होतं' असेच त्यांना वाटत असते. पण, संपूर्ण चित्र जेव्हा स्पष्ट होते, तेव्हा ती घटना होण्यामागे लोकांची प्रार्थना आणि स्वीकारण्याची भूमिकाच कारणीभूत होती, हे आपणास समजते. शिवाय, असेही काही लोक असतात, जे प्रार्थना तर करत राहतात; पण त्या प्रार्थनेच्या फलस्वरूपात जे परिवर्तन घडते, तिथपर्यंत ते कोणत्या न कोणत्या कारणाने पोहोचूच शकत नाहीत. रामकृष्णांच्या आयुष्याशी निगडित असे कित्येक लोक होते, ज्यांच्या प्रार्थनेने त्यांना कोलकात्याला यावेच लागले.

निकटवर्तीयांचा सल्ला

जे लोक रामकृष्णांच्या उत्तम परिचयाचे होते, ते त्यांना म्हणत, 'आपल्याला लवकर बरं करावं, असं आपण मातेला का सांगत नाही?' त्यावर रामकृष्ण म्हणत, 'होय, मी मातेलासुद्धा माझ्या शरीराच्या या व्याधीबाबत सांगू इच्छितो; पण जेव्हा जेव्हा मी तिला सांगण्यासाठी माझ्या शरीराचे अवलोकन करतो, तेव्हा तेव्हा मला तिथे केवळ एक प्रकारचा पोकळपणाच आढळून येतो. असं वाटतं, जसं माझ्या या शरीरात काहीच नाही, ते एकदम रिक्त, पोकळ आहे. मग अशा शरीरासाठी प्रार्थना कोणी आणि काय करायची?'

आजार बरा करण्यासाठी विचारलेल्या प्रश्नाचे सरळ-सोपे उत्तर देताना, मानवाचे शरीर एखाद्या उशीच्या अभ्र्यासारखेच आहे. या अभ्र्याच्या आत जी उशी आहे, ती सर्व ठिकाणी अगदी एकसारखीच आहे. फक्त अभ्रे वेगवेगळे असतात, याकडेच ते बहुधा निर्देश करत असत. आपल्या शरीराकडे ते जेव्हा केव्हा पाहत, तेव्हा त्यांना तिथे

केवळ रिकामा अभ्राच दिसत असे, त्यातील उशी नाही. त्यामुळे त्यांच्याकडून आपल्या शरीरस्वास्थ्याबाबतची प्रार्थना होऊ शकत नसे.

एकदा एका तरुण भक्ताने त्यांना सांगितले, 'तुम्ही स्वत:लाच स्वस्थ केले पाहिजे, कारण तुम्ही इच्छाशक्तीद्वारे तसे करू शकता.' हे ऐकून ते म्हणाले, 'खरंच की काय, मी आपल्या इच्छाशक्तीद्वारे स्वत:ला निरोगी करू शकतो, असं खरंच तुला वाटतंय? हे तू जरा आपल्या हृदयावर हात ठेवून सांग बरं.' त्या तरुण भक्ताने आपल्या हृदयावर हात ठेवून अगदी ठामपणे सांगितले, 'होय, मला याची खातरी आहे.' त्यावर रामकृष्ण म्हणाले, 'पण या सृष्टीमध्ये जी-जी गोष्ट निर्माण होते, तिचा विनाश होणंही आवश्यक असतं. जिथे जन्म आहे, तिथे मृत्यू हा ठरलेलाच असतो. त्यामुळे या हाडामांसांच्या शरीराकडून तू अशी अपेक्षा करू नकोस. पुन्हा असा प्रश्न कधी विचारणार नाहीस, अशी मागणी पुन्हा कधी करणार नाहीस, अशी प्रतिज्ञा कर.'

आपल्या या मर्त्य शरीराला जितके आयुष्य लाभले आहे, तितक्या काळात लोककल्याणासाठी त्याचा जास्तीत जास्त उपयोग व्हावा, असे रामकृष्णांना वाटत असे. त्यांच्याकडे येणाऱ्या लोकांना, त्यांना होणारा घशाचा त्रास पाहून अप्रत्यक्षपणे खूप काही शिकायला मिळत असे. ते निरनिराळ्या प्रश्नांना जी उत्तरे देत, त्यांत काही संकेत दडलेले असत.

■

३१

डॉक्टर सरकार यांचे उपचार

रामकृष्णांवर उपचार करण्यासाठी कोणी ॲलोपॅथिक डॉक्टर नाही, तर एका होमियोपॅथीच्या डॉक्टरांची नियुक्ती करण्यात आली होती. कारण रामकृष्णांना ॲलोपॅथिक औषधे अजिबात सहन होत नव्हती. त्यांच्या होमियोपॅथिक डॉक्टरांचे नाव होते, महेंद्रलाल सरकार. ते जेव्हा रामकृष्णांची प्रकृती तपासण्यासाठी येत, तेव्हा तिथे उपस्थित असणाऱ्या शिष्यांसह अन्य लोकांच्या वर्तणुकीचेही ते निरीक्षण करत. राम कृष्णांच्या शुश्रुषेसाठी तिथे शिष्यगणांव्यतिरिक्त इतरही काही भक्त मंडळी असायची. ते सारे आळीपाळीने रामकृष्णांच्या देखभालीची जबाबदारी पार पाडत असत. कोणी चार तास सेवा करत, तर कोणी पाच तास. म्हणजेच ते सर्व जण आपापले सेवेचे कर्तव्य पार पाडत असत.

त्या दिवसांत एक विशेष गोष्ट घडली. तिथे उपस्थित असणाऱ्यांपैकी काही लोक असे होते, जे भविष्यात रामकृष्ण मिशनचे कार्य पुढे चालवणार होते. त्या सर्वांना रामकृष्णांची सेवा करण्याच्या निमित्ताने एकत्र राहण्याची आणि एकमेकांना समजून घेण्याची जणू ही संधीच मिळाली होती. त्यामुळे प्रत्येकातील वैयक्तिक गुणविशेष समोर येऊ लागले होते. जसे, एखाद्यामध्ये नियोजन करण्याचा विशेष गुण होता, तर एखाद्यामध्ये नेतृत्व करण्याची क्षमता! शिवाय, एखाद्यात जमाखर्चाचा ताळमेळ ठेवण्याची कुशलता असायची. हे गुण एकमेकांना समजू लागल्यामुळेच भविष्यात रामकृष्ण मिशनशी

संबंधित बहुतेक सर्व कामे शक्य होऊ शकली. एखाद्या महान उद्दिष्टप्राप्तीसाठी एकत्र येऊन प्रत्येक घटक आपापली जबाबदारी कशा प्रकारे पार पाडत असतो, हे या घटनेमुळे आपल्याला समजू शकेल.

रामकृष्ण ज्या घरात राहत असत, त्या घराचा भाडेखर्चही त्यांचे शिष्य आणि भक्तमंडळी आपापसांत विभागून घेत. डॉक्टर सरकार तिथे आल्यावर हे सर्व पाहत असत. सर्व लोकांच्या मनामध्ये रामकृष्णांविषयी खूपच आदरभाव आहे, याची जाणीव त्यांना होत असे. 'रामकृष्णांसाठी खरंच काही करण्याची गरज आहे काय?' असा विचारही डॉक्टर सरकारांच्या मनात कधी-कधी येत असे. पण जसजसा त्यांचा रामकृष्णांशी संपर्क वाढू लागला, संवाद होऊ लागला, तसतसा रामकृष्णांविषयी त्यांच्या शिष्यांच्या आणि भक्तांच्या मनात इतका समर्पण भाव का आहे, हे त्यांच्या लक्षात आले.

डॉक्टर सरकारांची जिज्ञासा

आता डॉक्टर सरकारांनीही रामकृष्णांसमोर आपली जिज्ञासा व्यक्त करायला सुरुवात केली. त्यांना स्वत:ला जितके ज्ञान होते, त्यानुसारच ते आपले प्रश्न विचारत असत. या पद्धतीने ते रामकृष्णांची मानसिकता समजून घेण्याचा प्रयत्न करायचे. परंतु, रामकृष्ण मात्र एखाद्या लहान बालकाप्रमाणे मजेत उत्तरे द्यायचे. त्या दोघांची चर्चा होत असे, तेव्हा डॉक्टर नवनव्या विषयांवर रामकृष्णांशी बोलत असत. जसे, ज्ञानप्राप्तीनंतर, ईश्वराचे दर्शन झाल्यानंतर आणि निर्विकल्प समाधी साधल्यानंतर काय होते? मग रामकृष्णही त्यांच्या या प्रश्नांची उत्तरे त्यांना समजावून सांगत असत. सुरुवातीला डॉक्टर सरकार त्यांच्याकडे केवळ पंधरा मिनिटांसाठी येत असत; परंतु, हळूहळू अशी स्थिती निर्माण झाली, की ते पंधरा मिनिटांसाठी येत आणि दोन-तीन तास थांबून नंतरच जात. कारण आता त्या दोघांमध्ये विस्तारपूर्वक चर्चा होऊ लागली होती आणि डॉक्टर सरकारांना त्या चर्चेतून ज्ञानासह त्याचा आनंदही प्राप्त होऊ लागला होता.

एकदा डॉक्टर सरकारांनी विचारले, 'निर्विकल्प अवस्थेबाबत आपण नेहमी सांगत असता, पण तुम्ही स्वत: तर कधीच मौन धारण करत नाही, असं का होतं?' त्यावर रामकृष्णांनी उत्तर दिले, 'पाणी हे नेहमी पाणीच असतं. मग ते वेगाने प्रवाहाबरोबर वाहत असो, अथवा शांतपणे वाहत असो किंवा त्यावर तरंग निर्माण झालेले असोत.' ते ऐकून डॉक्टर सरकार म्हणाले, 'असंच असेल, तर तुम्ही तुमच्या आजारपणाची व्यर्थ चिंता का करता?' त्यावर रामकृष्ण उत्तरले, 'जोपर्यंत हे मडकं आहे, तोपर्यंत असं चालूच राहणार.'

खरे तर कित्येकदा डॉक्टर सरकारांना त्यांचे बोलणे समजतच नसे, कारण मनुष्यस्वभावच असा आहे, की तो नेहमी तर्कशुद्ध गोष्टीच ऐकू इच्छितो. त्यामुळे

'रामकृष्ण 'मी म्हणजे शरीर नव्हे' असं म्हणत असतील, तर त्यांनी या शारीरिक पीडेविषयी का बोलावं?' असेच त्यांना वाटे. सामान्य मनुष्य हा नेहमी अशाच प्रकारे विचार करत असतो. ज्ञानाच्या गोष्टी सांगणाऱ्या मनुष्याने, अशा प्रकारे बोलू नये, असेच त्याला वाटते. परंतु रामकृष्ण मात्र अशा प्रकारच्या जगरहाटीत पडतच नसत. त्यांना जे वाटायचे, ते बेधडकपणे बोलून मोकळे होत असत. त्यांच्या मनात काही प्रश्न निर्माण झाले, तर ते लगेचच डॉक्टरांना विचारून आपल्या शंकांचे निरसन करून घेत असत.

त्या दोघांमध्ये अशा चर्चा नेहमीच चालत असत. रामकृष्ण जेव्हा मौन धारण करत अथवा भावसमाधीत असत, तेव्हा ते भगवान श्रीकृष्णांप्रमाणे असायचे. मात्र, जेव्हा ते बोलायचे, तेव्हा हसत-खेळत बोलत. मौन धारण केल्यावर अगदी महर्षी होऊन जात. रामकृष्णांच्या अशा काही गोष्टी मात्र डॉक्टर सरकारांच्या आकलनापलीकडच्या होत्या. एखाद्या मनुष्यामध्ये अमुक अमुक प्रकारची लक्षणे दिसली, तर तो मनुष्य आजारी आहे आणि त्याला कोणतातरी आजार जडला आहे, अशाच दृष्टीने डॉक्टर सर्वांकडे पाहतात. म्हणजेच ते मनुष्याकडे प्रथमपासूनच रुग्णासारखे बघून 'मला त्याची गरज नसून त्याला माझी गरज आहे,' असेच त्यांना वाटे. त्यामुळेच डॉक्टर शंका उपस्थित करून प्रश्न विचारत. हळूहळू त्यांना रामकृष्ण आवडू लागले. त्यांच्यात काहीतरी अशी गोष्ट आहे, जी मला समजू शकलेली नाही, याची जाणीव त्यांना होऊ लागली.

दुसरीकडे, रामकृष्ण त्यांच्याशी खूप गप्पा मारत असत आणि 'आपण माझ्यासाठी इतका वेळ काढून इथं येता, त्याबद्दल आपले खूप खूप आभार,' असे म्हणून ते वेळोवेळी त्यांना धन्यवाद देत असत. त्यावर डॉक्टर म्हणत, 'यामागेसुद्धा माझा स्वार्थ दडलेला आहे. मला इथं रोज नवनव्या गोष्टी ऐकायला मिळतात, म्हणून मी इथं येतो.' त्याचबरोबर ते रामकृष्णांना सांगत, 'आपल्याला लवकर बरं व्हायचं असेल, तर कृपया आपण माझ्याशिवाय इतर कोणाशीही जास्त बोलू नका.' डॉक्टर सरकार कधी दोन-तीन तास रामकृष्णांसोबत बसत, तेव्हा 'आज मी आपल्याला जरा जास्तच बोलायला भाग पाडलं,' असे म्हणून दिलगिरीही व्यक्त करत असत. म्हणजेच रामकृष्णांना ज्या गोष्टी करू नका असे ते सांगत, त्याच त्यांना त्यांच्यामुळे कराव्या लागल्या, तर ते क्षमायाचनाही करत.

विवेकानंदांच्या भजनाचा परिणाम

रामकृष्ण नेहमी आपला प्रिय शिष्य विवेकानंद याच्याकडून भजन ऐकत असत, कारण त्यांना त्याचा स्वर खूप आवडत असे. एकदा रामकृष्णांनी सांगितल्यानंतर विवेकानंदांनी गायला सुरुवात केली. त्या भजनाचे बोल पुढीलप्रमाणे होते, 'माते, तुझ्या भक्तीचे वेड

मला लावलंस, हे थोर तुझे उपकार.' तिथे बसलेल्या सर्वच लोकांना ते भजन इतके आवडले, की हळूहळू ते त्या भजनात दंग होऊन नाचू लागले. फक्त डॉक्टर सरकारच त्या भक्तिरंगात रंगून नाचत नव्हते.

डॉक्टर सरकारांचा आदेश

वेगवेगळ्या शिष्यांशी बोलत असताना एकदा डॉक्टर सरकार त्यांना म्हणाले, 'तुम्ही लोकांनी विनाकारणच एका चांगल्या माणसाला बिघडवून ठेवलं आहे. सर्वांत आधी त्यांच्या पाया पडणं बंद करा आणि तुम्ही जो त्यांना ईश्वराचा दर्जा दिला आहे, तोही बंद करा. हे सगळे उपद्व्याप करूनच तुम्ही त्यांना बिघडवलं आहे. खरे तर तुम्ही असं करायला नकोय.' शिष्यांबरोबरच ते रामकृष्णांनाही म्हणत, 'तुम्ही या लोकांना पाया पडण्यास अडवत नाही, म्हणून तर ते हे असं करत असतात. खरे तर असं व्हायलाच नकोय.'

इतके सगळे घडल्यानंतर, एखादा शिष्य रामकृष्णांना भेटायला आल्यानंतर जर पाया पडत असेल, तर ते आपले पाय बाजूला करत. ते पाहून समोरचा माणूस आश्चर्यचकित होत असे. कारण यापूर्वी असे कधीच घडले नव्हते. मग तो शिष्य विचारत असे, 'आपण असं का करत आहात?' त्यावर आजार बरा करण्यासाठी एखादे पथ्य पाळत असल्याप्रमाणे रामकृष्ण म्हणत, 'डॉक्टरांनी मनाई केली आहे.' डॉक्टरांच्या उपस्थितीतच कोणी शिष्य आला आणि त्याची पाया पडण्याची इच्छा असेल, तर ते लांबून त्याला इशारा करत, 'आता डॉक्टर बघत आहेत, त्यामुळे तू आता काही असं करू नकोस.' त्यांच्या या लहान मुलासारख्या हरकती डॉक्टर सरकार चांगल्याच ओळखून होते. त्यामुळे एकदा त्यांनी चिडून रामकृष्णांना सांगितले, 'तुम्हांला जे काही करायचं असेल ते करा, उगाच माझं नाव मध्ये घेऊ नका.' हे ऐकून रामकृष्ण आपल्या शिष्यांना म्हणाले, 'पाहा बरं, डॉक्टरसाहेब हळवे होत आहेत.'

डॉक्टर सरकारांचे मतपरिवर्तन

रामकृष्णांच्या सान्निध्यात डॉक्टर सरकारांमध्येसुद्धा हळूहळू परिवर्तन होऊ लागले. रामकृष्णांना पाहून ते वेडे किंवा मनोरुग्ण नक्कीच नाहीत, हे त्यांच्या लक्षात येऊ लागले. त्यांना जेव्हा त्यांचा भावसमाधीचा अनुभव जाणवला, त्यांच्या शिष्यांना समजून घेता आले, तेव्हा रामकृष्णांनी नक्कीच असे काहीतरी प्राप्त केलेले आहे, जे माझ्या आकलनापलीकडचे आहे. शिवाय त्या सुप्त शक्तीमुळेच ते हे सारे करू शकतात, हेदेखील त्यांना समजू लागले.

एकदा डॉक्टर सरकारांनी रामकृष्णांच्या निरंजन आणि गिरीश नावाच्या दोन शिष्यांना 'रामकृष्णांना विनाकारण डोक्यावर बसवू नका,' असे सांगितले. ते ऐकून त्या दोघांनी लगेच उत्तर दिले, 'रामकृष्णांनी आम्हांला या भवसागरातून आणि शंकासागरातून मुक्त केलं आहे, त्यामुळे आम्हांला त्यांची कोणतीही गोष्ट वावगी वाटत नाही. त्यांनी काही जरी सांगितलं, तरी त्याचं आम्हांला वाईट न वाटता, ती गोष्टसुद्धा योग्यच वाटते,' असे ठामपणे ते उत्तरले.

रामकृष्णांमुळे त्या लोकांना काही गोष्टी प्राप्त झाल्या होत्या, तर काही गोष्टींपासून ते मुक्तही झाले होते, त्यामुळेच ते इतक्या दृढतेने असे सांगू शकतात, हे अशा प्रकारच्या काही घटनांमुळे डॉक्टर सरकारांच्या लक्षात येऊ लागले. त्यामुळे ते आता थोडेसे नरमले होते. दिवसांमागून दिवस उलटत होते, परंतु रामकृष्णांवरील उपचारांचा मात्र कोणताही सकारात्मक परिणाम दिसून येत नव्हता. कधी त्यांचा खोकला वाढत होता, तर कधी रक्ताच्या उलट्या होऊ लागल्या होत्या, त्यामुळे इतर तज्ज्ञ वैद्यकांचा सल्ला, उपचार घेणे आवश्यकच झाले होते. आता रामकृष्णांवर योग्य उपचार करण्यासाठी अन्य एखाद्या डॉक्टरची आणि होमियोपॅथीव्यतिरिक्त वेगळ्या उपचारपद्धतीचीही मदत घ्यायला हवी, या मताशीही डॉक्टर सरकार सहमत झाले. होमियोपॅथीच्या आणखी काही डॉक्टरांबरोबरच आयुर्वेदासारख्या इतर उपचारपद्धतींच्या डॉक्टरांनाही बोलावण्यात आले.

■

३२

व्याधीद्वारे दिले संकेत

रामकृष्णांच्या आजारावर योग्य उपचार करण्यासाठी आता एक आयुर्वेद डॉक्टरही येऊ लागले. 'मला ईश्वराचं गुणगान करायचं आहे, मी ते करू शकेन का? मी या आजारातून बरा होऊ शकेन का? मला फक्त पडून तर राहावं लागणार नाही ना? मी त्या विधात्याची स्तुती करू शकेन ना?' असे प्रश्न आता रामकृष्ण त्या डॉक्टरनाही विचारू लागले. त्यावर, 'होय, सर्व काही ठीक होणार आहे,' असेच उत्तर हे आयुर्वेदाचे नवे डॉक्टरही देऊ लागले.

रामकृष्णांचे एक शिष्य होते, ज्यांना सर्व जण मास्टर महाशय या नावाने संबोधत असत. रामकृष्ण जेव्हा डॉक्टरांना अशा प्रकारचे प्रश्न विचारत, तेव्हा मास्टर महाशयांना खूप आनंद होत असे. कारण, अशा प्रकारचे प्रश्न विचारून रामकृष्ण नकळत लोकांना त्यांनी काय करायला हवं, याबाबतचा संकेतच देत आहेत, हे त्यांना माहीत होते. खरे तर रामकृष्ण असे प्रश्न विचारून समोरच्या व्यक्तीची एक प्रकारे शिकवणीच घेत असत. जसे, जेव्हा कधी एखादा ज्ञानी शिष्य दीर्घ कालावधीनंतर रामकृष्णांना भेटण्यासाठी येत असे, तेव्हा रामकृष्ण त्याच्याशी खूप गप्पागोष्टी करत. त्याला नानाविध प्रश्न विचारत. मास्टर महाशय मात्र, 'चला, आता याचा क्लास सुरू झाला,' या विचाराने खूप आनंदी होत असत.

एकदा रामकृष्णांकडे कॅप्टन विश्वनाथ नावाचा एक शिष्य आला. त्याला पाहताच रामकृष्ण म्हणाले, 'खूप दिवसांनी आलास, इतके दिवस कुठे होतास, काय झालं होतं?' त्यावर तो सांगू लागला, 'मी आजारी होतो, त्यामुळेच आजपर्यंत आपल्या दर्शनाला येऊ शकलो नाही.' ते ऐकून रामकृष्ण म्हणाले, 'तू आजारी कसं पडू शकतोस? मी तर असं ऐकलंय, की फक्त दुराचारी आणि कुकर्म करणारे लोकच आजारी पडत असतात. माझ्याकडे बघ, मला हा घशाचा रोग झाला आहे. मी नक्कीच काहीतरी वाईट कर्म केलं असेल, म्हणून तर मला अशी पीडा प्राप्त झाली आहे; पण तू तर खूपच चांगला, पापभिरू मनुष्य आहेस. मग तू कसा आजारी पडलास?' ते पुढे म्हणाले, 'मी समाधिवस्थेत लोकांना लाथ मारतो, स्वतःच्या डोक्यावर फुलं ठेवून पूजा करतो, मी जानवंही उतरवून ठेवलं, अल्लाह-अल्लाह म्हणत असतो. मी माझ्या जिवंतपणीच धर्मपत्नीला विधवा बनवून ठेवलं आहे, इथपर्यंत लोक म्हणतात. बहुतेक माझ्या अशा कुकर्मांमुळेच मला हा रोग जडला असेल.' अशा रीतीने त्यांच्यावर जे काही दोषारोप होऊ शकत होते, त्यांचा उल्लेख त्यांनी स्वतःच केला.

रामकृष्णांच्या या सर्व गोष्टी ऐकल्यानंतर तो शिष्य म्हणाला, 'त्यामुळेच तर मी लवकर बरा झालो.' म्हणजेच मी खूप चांगला मनुष्य आहे, म्हणूनच लवकर बरा झालो, असेच जणू त्याला म्हणायचे होते. ते ऐकताच रामकृष्ण त्याला म्हणाले, 'मग मी का बरा नाही होत?' त्यावर त्या शिष्याने उत्तर दिले, 'यात आपला काही दोष नाही. आपलं मन तर अतिशय शुद्ध आहे. फक्त ही व्याधी आपल्या शरीरात आहे म्हणून आपण अपराधी ठरत नाही, त्यामुळे आपण स्वतःला दोषी मानू नये.' त्या वेळी तिथे उपस्थित असलेले मास्टर महाशय गुरू-शिष्यांमधील या संवादांचा भरपूर आनंद घेत होते.

रामकृष्ण अशा घटनांमधून कोणत्या दिशेने संकेत करत होते आणि समोरच्यांना कोणत्या गोष्टीचा शोध घेण्यासाठी प्रवृत्त करत होते, ते समजूतदार लोकांच्या लगेच लक्षात येऊ शकेल. लोक अशा संकेतांना समजू शकले नाहीत, तर 'मी यापेक्षाही स्वस्थ आहे,' याच भ्रमात ते गुंतून पडतील. असे प्रश्न केवळ मलाच का विचारले गेले, यामागे काय संकेत असावा, असे प्रश्न स्वतःला विचारून ते याविषयी अधिक चिंतन-मनन करतील, तेव्हाच त्यांना या गोष्टीमागील मर्म समजू शकेल.

■

३३

अंतसमयी दिलेले मार्गदर्शन

रामकृष्णांच्या आजारपणात त्यांचे कित्येक शिष्य रात्रंदिवस त्यांची सेवा-शुश्रुषा करण्यातच मग्न असत. विवेकानंदही त्यांच्या स्वच्छतेकडे पूर्ण लक्ष ठेवून असत. त्या वेळी त्यांनी आपले घर, कुटुंब, जेवण इत्यादी गोष्टींची अजिबात चिंता केली नाही. त्यांनी समर्पणाच्या भावनेतून आपले संपूर्ण लक्ष केवळ गुरुसेवेवरच केंद्रित केले होते. त्या दिवसांत विवेकानंद अशा तरुण शिष्यांना सांभाळत, ज्यांचे कुटुंबीय– आपली मुले सदान्‌कदा रामकृष्णांच्या जवळच बसून राहतील. मग आपल्या घरची कामं कशी होऊ शकतील,– या गोष्टीने ते त्रस्त असत. विवेकानंदांवर या शिष्यांची जबाबदारी सोपवली गेली होती, कारण त्यांच्यात तशी नेतृत्वक्षमता होती. गुरू रामकृष्णांच्या सेवेसाठी त्यांच्या सर्वच शिष्यांनी एकाच वेळी उपस्थित राहण्याऐवजी, सर्वांनी आळीपाळीने, त्यांना दिलेल्या वेळेनुसार यावे. त्यामुळे सेवाकार्यही होऊ शकेल आणि सर्व शिष्यांना आपापल्या प्रापंचिक जबाबदाऱ्याही पार पाडता येतील, असा त्यांचा विचार होता. ज्या पद्धतीने विवेकानंद या सर्व गोष्टींचे नियोजन करत असत, त्याचे रामकृष्ण अगदी बारकाईने निरीक्षण करत असत. विवेकानंदांत किती गुण दडलेले आहेत, ते किती सद्‌गुणी आहेत, हे ते पाहत असत. आपल्या देहान्तापूर्वी रामकृष्णांनी आपल्या सर्व शिष्यांची जबाबदारी विवेकानंदांकडे सोपवून, 'माझ्यानंतर तूच यांचा सांभाळ करू शकशील,' असे जे त्यांनी सांगितले, त्यामागेही हेच मुख्य कारण होते.

त्या वेळी रामकृष्णांवर कित्येक डॉक्टर उपचार करत होते. कोणाच्या उपचारांनी गुण येत असे, तर कोणाच्या नाही. त्या डॉक्टरांमधील कित्येक जण तर त्यांचे जुने शिष्यही होते. ते जेव्हा रामकृष्णांना पाहण्यासाठी येत तेव्हा, 'आता कसं वाटतंय, कशी भावना आहे,' असे प्रश्न विचारत. त्यावर रामकृष्ण आपल्याला जाणवत असलेल्या वेदनांविषयी सांगत.

साधुमहाराजांचे उदाहरण

एकदा दक्षिणेश्वरातील मंदिराशेजारी एक साधुमहाराज आले होते. काही लोकांनी त्यांना मारले होते. या घटनेचे उदाहरण देताना रामकृष्ण सांगत, 'साधुमहाराजांना त्यांच्या काही मित्रमंडळींनी वाचवले आणि ते शुद्धीवर येताच त्यांना दूध पाजून विचारले, 'आपण आम्हांला ओळखता का?' त्यावर साधुमहाराज उत्तरले, 'ज्यांनी मला मारलं, तेच मला दूध पाजत आहेत.' म्हणजेच ज्याने मला मारले, तोच मला तारत आहे, बरे करत आहे.

अशा उदाहरणातून आपल्याला दोन्ही भाग लक्षात येऊ शकतात. काही लोक असेही असतात, जे आपल्याशी अत्यंत वाईट वागतात आणि काही असेही असतात, जे आपल्याशी खूपच चांगले वागतात. वास्तविक, या दोन्हीही प्रवृत्ती एकाच ईश्वराची शक्ती असतात. ही त्या विधात्याची अशी शक्ती असते, जी आपल्याला मारतही असते आणि तारतही असते. आपण जे काही देतो ते त्यालाच अर्पण करत असतो आणि जे काही स्वीकारतो, तेही त्याच्याकडूनच. ही एकात्मकता रामकृष्णांमध्ये अत्यंत सखोलपणे बिंबल्याने, ते प्रत्येक घटनेकडे केवळ याच दृष्टीने पाहत असत.

साधुमहाराजांच्या उदाहरणाव्यतिरिक्त रामकृष्ण आणखी एक उदाहरण देत असत. ते सांगत, 'अपक्व ओला नारळ फोडल्यानंतर बाह्य आवरणासह त्याचा आतील मऊ-मुलायम गाभासुद्धा तुटतो. पण, नारळ आतून सुकल्यावर फोडला तर केवळ त्याचे बाहेरील आवरणच फुटते, आतील भाग फुटत नाही. म्हणजेच बाहेरील आवरणाच्या फुटण्याने आतील गाभ्यावर काहीच फरक पडत नाही. त्यामुळेच शारीरिक व्याधी झाल्याने माझ्यावर काहीही परिणाम होत नाही,' असेच जणू या उपदेशाद्वारे त्यांना सुचवायचे होते. जीजससुद्धा असेच एक परिपक्व नारळ होते.

औपचारिकरीत्या विनोदाने, गांभीर्यपूर्वक केलेले संकेत

अशा प्रकारच्या विलक्षण गोष्टींबरोबरच कधी-कधी रामकृष्ण चुटकेही ऐकवत असत. जेव्हा ते एखाद्याला त्रस्त अथवा उदास असलेले पाहत, तेव्हा सांगत, 'एक उदास माणूस एकदा कालीमातेच्या मूर्तीसमोर शांतपणे बसला होता, त्याच वेळी त्याचा एक मित्र

आला आणि विचारू लागला, 'काय झालं, आज इतक्या शांतपणे का बसला आहेस? आईची तब्येत तर ठीक आहे ना? तिला काही झालेलं नाही ना?' त्यांच्या अशा गोष्टी ऐकून तो उदास मनुष्यही हसत असे. मग रामकृष्ण म्हणत, 'काहीही होवो, परिस्थिती कशीही येवो, पण आई ठीक असेल, तर मग सगळंच काही उत्तम आहे.'

अशा पद्धतीने रामकृष्ण कधी हास्यविनोदाने, तर कधी गंभीरपणे लोकांना संकेत देत असत. कारण लोकांना ज्ञान म्हणजे काय, श्रद्धा-विश्वास म्हणजे काय हे समजावे, त्यांना ईश्वरी अस्तित्वाचा शोध घेता यावा, त्याचा महिमा समजावा, हाच त्यामागचा मुख्य हेतू असे. याकरिता सर्वात मुख्य गोष्ट म्हणजे, माझ्या अंतरंगात सुप्त असा खजिना दडलेला आहे आणि तो मला प्राप्त करायचा आहे, असा आत्मविश्वास आपल्यात असायला हवा. कारण मनुष्य त्याच जागी खोदकाम करत असतो, जिथे खजिना दडलेला आहे असे त्याला वाटते. अमुक एका ठिकाणी गुप्त खजिना आहे, याची जेव्हा त्याला खातरी होते, तेव्हाच तो कुदळ, फावडा घेऊन तिथे पोहोचतो. कर्ममार्गाचा अर्थच मुळी खोदकाम करणे, फावडा चालवणे असा होतो. जेव्हा फावडा खजिना असलेल्या त्या कलशाला लागेल, तेव्हा त्यातून 'टण्ण' असा आवाज होईल. हा आवाज म्हणजेच आनंद. कारण, त्या वेळी मनुष्याला 'आपल्यात काहीतरी प्रगती होत आहे, आपण खजिन्याच्या जवळ पोहोचत आहोत' ही जाणीव होऊ लागते. त्यामुळेच त्याला आनंदप्राप्ती होत असते. अशा गोष्टींद्वारे रामकृष्ण विश्वास, ज्ञान, कर्म, सत्-चित्-आनंद याकडे इशारा करत होते.

रामकृष्णांना उपचारासाठी ज्या घरात ठेवण्यात आले होते, त्या घरमालकाने काही दिवसांनंतर घर खाली करायला सांगितले. सर्वसाधारणपणे लोक महान व्यक्तींबद्दल ऐकतात तेव्हा त्यांना वाटते, त्यांच्या जीवनात त्यांना फारशा काही अडचणी जाणवल्या नसतील. वास्तव मात्र यापेक्षा खूपच वेगळे असू शकते. रामकृष्णांविषयी आपण या गैरसमजात राहू नका. शिवाय, असा विचारही करू नका, की ते जिथे कुठे जात असत, तिथे सर्व लोक त्यांना ओळखत असत. त्यांच्यासाठी काहीही करायला तयार असत. काळ कोणताही असो, लोक तर नेहमीच आपल्या लाभानुसार आणि हव्यासानुसारच निर्णय घेत असतात. त्या वेळीही असेच घडत होते.

शेवटी घरमालकाच्या तगाद्यामुळे त्यांना ते घर सोडावेच लागले. मग ते तिसऱ्या घरात भाडेकरू म्हणून राहण्यास गेले. तिथे त्यांच्या पत्नी शारदादेवीही आल्या. रामकृष्णांनी आपल्या आयुष्याचा अंतिम काळ याच घरात व्यतीत केला. इथेच त्यांनी आपल्या पत्नीला सांगितले, 'तुला चिंता करण्याचे काहीच कारण नाही. माझा हा परिवार जशी माझी काळजी घेत आहे, तशीच माझ्या पश्चात तो तुझीही काळजी घेईल.'

मातेला प्रार्थना

आपल्या अंतिम दिवसांत रामकृष्णांनी सर्वांशी जो संवाद साधला, परिणामी त्यांच्यानंतरही त्यांचे सेवाकार्य अविरत, अखंडपणे चालू राहिले. रामकृष्ण आपल्या पत्नीला म्हणत, 'मला इथं किती बडबड करावी लागते. लोक येऊन पुन:पुन्हा तेच ते प्रश्न विचारत राहतात. एकच गोष्ट कित्येक वेळा सांगावी लागते.' ते मातेला म्हणत, 'इथली जबाबदारी सांभाळण्यासाठी आणि लोकांच्या शंकांचं निरसन करण्यासाठी, माझे शिष्य निरंजन, रामदत्त आणि इतरांनाही थोडीफार शक्ती दे. इथे येणाऱ्या नवनव्या लोकांशी बोलून त्यांचं समाधान त्यांना करता यायला हवं. मग शेवटी मीसुद्धा त्यांच्या एक-दोन प्रश्नांची उत्तरं देऊन त्यांच्या समस्यांचं समाधान करू शकेन.' अशा प्रकारे सर्व जण मिळून सारी कामे व्यवस्थित सांभाळू लागले होते, आपापली जबाबदारी पार पाडण्याची क्षमता त्यांना प्राप्त होऊ लागली होती. हे रामकृष्ण पाहत असल्याने ते आता या सर्वांकडे ही जबाबदारी सोपवू इच्छित होते.

वेगवेगळ्या लोकांना वेगवेगळ्या पद्धतीने समजून सांगावे लागते, हे रामकृष्णांना चांगलंच ठाऊक होते. परंतु लोक वेळोवेळी एकसारखेच प्रश्न विचारत असल्याने, कधी-कधी ते मातेला म्हणत, 'माते, हे सारं कुठवर चालू राहणार, आता यात काहीतरी बदल व्हायलाच हवा.'

ज्या परिस्थितीने नवी विकसित अवस्था प्राप्त होते, त्या प्रत्यक्ष आणि अप्रत्यक्ष स्वरूपातील प्रार्थना कशा असतात, हे आता आपल्या लक्षात आलेच असेल.

■

३४

रामकृष्ण परमहंसांचा अंतिम काळ

रामकृष्णांच्या शारीरिक स्थितीतही हळूहळू बदल घडू लागला होता. आपल्या शरीराचा हा अंतिम कालावधी सुरू आहे, याचा ते लोकांना संकेत देऊ लागले होते. 'माझ्या कलशात दोन-तृतीयांश भागापर्यंत पाणी भरलं असून, राहिलेल्या भागात ते कधीही भरू शकतं,' असे ते आता म्हणू लागले होते.

जसे येशू ख्रिस्तांच्या जीवनात त्यांच्या माता-पित्यांचे भरपूर योगदान होते, अगदी तसेच रामकृष्ण परमहंसांच्या जीवनातसुद्धा त्यांच्या माता-पित्यांचे योगदान होते. जीजसना क्रॉसवर चढवण्यात आले होते आणि रामकृष्णांना कर्करोगाने ग्रासले होते. म्हणजेच दोघांच्या जीवनात क्रॉस आणि कर्करोग निमित्तमात्र बनले होते. अशा महापुरुषांच्या आयुष्यात घडणारी प्रत्येक घटना, ही त्यांच्यासाठी केवळ लीलेचा एक भाग असते ज्यायोगे त्यापासून इतरांना काही बोध घेता येतो. त्यांच्यासमोर आंतरिक अर्थ स्पष्ट झालेला असतो, त्यामुळे त्यांच्यासाठी कोणतीही गोष्ट दुःखदायक राहत नाही. शरीराला वेदना जाणवत असतात, पण त्यांना दुःख होत नाही. रामकृष्ण आपल्या घशाच्या कर्करोगाकडे केवळ एक निमित्तमात्र म्हणूनच पाहत होते.

त्यांच्या अंतिम दिवसांत नरेंद्रने त्यांची खूप सेवा केली. रामकृष्ण त्यांना आणि आपल्या इतर शिष्यांना अंतिम उपदेश देताना म्हणाले, 'आता मी जास्त दिवस

तुमच्यासोबत राहू शकणार नाही. पण, मी या शरीराचा त्याग केल्यानंतरसुद्धा तुम्ही सर्वांनी एकत्रच राहावं, असं मला वाटतं. खरं तर एकाच वयाच्या इतक्या साऱ्या लोकांनी एकत्र राहणं सरळ सोपं नसतं, त्यांच्यात कधी-कधी मतभेदही होऊ शकतात. त्यामुळे तुम्ही सर्व जण नेहमी नरेंद्रच्या आज्ञेचं पालन करा. त्याच्या आज्ञेत राहा, त्याला साथ द्या. शिवाय कधीही, कोणत्याही स्थितीत तुम्ही त्याचा त्याग करणार नाही, असा मी तुम्हा सर्वांना आदेश देत आहे. यासाठी तुमची काही हरकत तर नाही ना?'

रामकृष्ण नरेंद्रला पुढे म्हणाले, 'मी माझ्या या सर्व पुत्रांना तुझ्या संरक्षण छत्राखाली सोडून जात आहे, त्यांच्यावर लक्ष ठेव. माझ्या पश्चात या लोकांनी आपली साधना सोडून या काळोखभरल्या संसारसागरात बुडायला नको. त्यांनी आपली साधना अखंडपणे चालूच ठेवायला हवी, ही तुझी जबाबदारी आहे.'

रामकृष्णांनी ना आपले अश्रू लपवले, ना आपल्या भावना. नरेंद्रने विचारल्यावर ते म्हणाले, 'नरेंद्र, आज मी तुला माझं सर्वस्व सोपवलं आहे. जी माता आजपर्यंत या शरीरात वास करून होती, ती आता तुझ्या शरीरात निवास करेल. तुझ्याकडे सर्व काही सोपवून मी आता फकीर झालो आहे रे!' त्या वेळी नरेंद्रच्या तोंडातून एक शब्दही निघू शकला नाही. ते कृतज्ञतेच्या भावनेतून आणि आश्चर्याने आपल्या गुरूंकडे पाहतच राहिले.

हळूहळू रामकृष्णांची शारीरिक स्थिती ढासळतच गेली. त्यांना रक्ताच्या उलट्या होऊ लागल्या... आणि शेवटी १५ ऑगस्ट १८८६ रोजी त्यांच्या शरीराचा अंत (देहान्त) झाला. मृत्यूच्या आधी कोणीतरी त्यांना भेटायला आले होते. त्यांच्याशी ते जवळजवळ दोन तास चर्चा करत होते. जणू हाच त्यांचा अंतिम सत्संग होता.

या चर्चेनंतर त्यांची शारीरिक अवस्था अत्यंत बिकट झाली. काही वेळाने त्यांचे भान हरपले. त्यांच्या शिष्यांनी जेव्हा त्यांना बेशुद्धावस्थेत पाहिले, तेव्हा त्यांना वाटले, रामकृष्णांचा देहान्त झाला. पण काही वेळानंतर त्यांना शुद्ध आली आणि शिष्यांना आपली चूक उमगली.

त्यानंतर काही वेळाने खरोखरच त्यांचा देहान्त झाला, तेव्हा त्यांची समाधी लागली आहे असेच शिष्यांना वाटले. त्यामुळे ते समाधिवस्थेतून कधी बाहेर पडतील याचीच सर्व जण वाट पाहत होते. यादरम्यान सर्व जण मिळून भजन-कीर्तन करत होते. खूप वेळ झाला तरी त्यांची काहीच हालचाल दिसली नाही, तेव्हा मात्र डॉक्टरांना बोलावण्यात आले. त्यांनी त्यांची शारीरिक तपासणी केल्यानंतर त्यांच्या शरीराचा मृत्यू झाल्याचे सांगितले. त्यानंतर भजन-कीर्तन करत त्यांची स्मशानभूमीपर्यंत अंत्ययात्रा नेण्यात

आली. तेथे त्यांच्या शरीराला अग्नी देण्यात आला. त्या वेळी त्यांच्या अंत्यसंस्कारांसाठी जे लोक जमले होते, त्या सर्वांनी चितेची राख चाटून, त्यांनी सुरू केलेले कार्य सातत्याने सुरूच ठेवण्यात येईल आणि आम्ही सर्व जण मिळून ते पूर्ण करू, अशी शपथ घेतली.

दुसऱ्या दिवशी शारदामातेने सांगितले, 'रामकृष्ण माझ्या स्वप्नात आले होते. त्यांनी मला सांगितले, 'तू तुझा चुडा फोडण्याची काहीच आवश्यकता नाही. मी कुठेच गेलेलो नाही. मी इथेच आहे. फक्त एका कक्षातून दुसऱ्या कक्षात आलो आहे.' हे ऐकून पुन्हा सर्वांत उत्साह संचारला आणि त्या सर्वांनी पुन्हा संकल्प केला, 'गुरू रामकृष्णांनी दाखवलेल्या मार्गाने वाटचाल करून, लोकजागराची सर्व कामं नित्य पुढे नेत राहू.'

■

३५

हंसचेतनेतून निघाली मोत्यांची चमक

१. सत्-चित-आनंदरूपी वृक्षावर अनेकानेक राम आणि कृष्ण यांचा निवास आहे. त्यांतील दोन-चार जरी पृथ्वीतलावर अवतरले, तरी आध्यात्मिक क्रांती घडते.

२. भक्तासाठी भक्ती आणि ईश्वराचे गुणगान करणे, हे एक प्रकारे खाजेप्रमाणेच असते. भक्ती जितकी वाढत जाते, तितकाच भक्ताचा आनंदही वाढत जातो.

३. मनुष्य कधी वस्त्र परिधान करतो, तर कधी वस्त्रांशिवायही असतो, तसेच ईश्वरही कधी साकार, तर कधी निराकार अवस्थेत असतो.

४. मनुष्याकडून सतत ईश्वराचे चिंतन होत राहिले, तर त्याच्याकडून सृष्टीच्या नवनिर्माणाचे कार्य होऊच शकणार नाही. म्हणून सृष्टीच्या नवनिर्माणासाठी मुद्दामच मनुष्याला ईश्वराचे विस्मरण घडवले जाते. ईश्वराचा महिमा अगाध आहे.

५. मनुष्याने पृथ्वीवरील आयुष्याच्या अंतिम क्षणापर्यंत शिकत राहायला हवे.

६. अंत:करण भक्तीने काठोकाठ भरते, तेव्हा मुखातूनही तशाच प्रकारची वाक्ये निघू लागतात. जसे, रामकृष्ण परमहंस म्हणत, 'मला केवळ उदरभरणाचे शिक्षण नकोय, तर ज्ञान आणि भक्ती यांचेही शिक्षण घ्यायचे आहे. हे कालीमाते, तू तुझ्या मंदिरात तर मला आश्रय दिला आहेस; पण आता तुझ्या हृदयातसुद्धा मला थोडीशी जागा दे.'

७. आपला एक हात ईश्वराच्या हाती सोपवा आणि दुसऱ्या हाताने नित्यकर्मे करत

राहा. दिवसाच्या शेवटी जेव्हा सर्व कामे संपतील, तेव्हा आपला दुसरा हातही त्याच्या हाती सोपवा.

८. मनुष्यजन्माच्या प्राप्तीनंतरही जर आपण ईश्वराशी ताळमेळ साधू शकलो नाही, तर असा मनुष्यजन्म व्यर्थ आहे.

९. आपल्याला ध्यासच घ्यायचा असेल, तर नाशवंत वस्तूंसाठी नव्हे, तर अविनाशी ईश्वरप्राप्तीसाठीचा ध्यास घ्या.

१०. सत्याविषयीच्या गोष्टी ऐकत असताना खूप एकाग्रचित्त आणि विनम्र असायला हवे. कारण सत्याच्या माध्यमातून ईश्वराच्या अस्तित्वाचा अनुभव घेतला जाऊ शकतो.

११. भक्तीच्या माध्यमातून त्यागाची आणि विवेकवृत्तीची प्राप्ती आपोआपच होत असते.

१२. बंधन तर मनाचे असते आणि मुक्तावस्थाही मनाचीच असते. मी तर एक मुक्त आत्मा आहे. मी त्या सर्वसाक्षी परमेश्वराचा पुत्र आहे आणि केवळ तोच मला बंधनात जखडून ठेवू शकतो, असे जर आपण म्हणालात, तर निश्चितच आपण मुक्त होऊ शकाल.

१३. ईश्वराची नाम-रूपे अनेक आहेत आणि त्याला प्राप्त करण्याच्या पद्धतीही अनेक आहेत. आपण त्याला कोणत्या नावाने आळवता, त्याची कशा प्रकारे पूजा करता या गोष्टी तितक्या महत्त्वाच्या नाहीत. आपल्याला अंतरंगात त्याचे अस्तित्व किती जाणवते, हीच गोष्ट सर्वाधिक महत्त्वाची आहे.

१४. जसे भाडेकरू घराचा वापर करण्यासाठी नियमितपणे त्याचे भाडे भरत असतो, तसेच व्याधीच्या रूपाने आत्मा शरीरप्राप्तीसाठीचे भाडे भरत असतो.

१५. जगाच्या चारही कोपऱ्यांत यात्रा केली तरीही, कुठेही, काहीही मिळू शकणार नाही. कारण आपल्याला जे प्राप्त करायची इच्छा आहे, ते तर इथेच, आपल्या आतच दडलेले आहे.

१६. सत्याशिवाय ईश्वराची प्राप्ती होऊच शकत नाही, कारण सत्य हेच ईश्वराचे स्वरूप आहे.

१७. लज्जा, घृणा आणि भय – या तीन गोष्टी ज्या मनुष्याकडे आहेत, तो कधीही ईश्वराला प्राप्त करू शकत नाही.

१८. मी आपल्याला एक सत्य सांगू इच्छितो, आपण ज्या विश्वात वावरतो, तिथे काहीही चुकीचे घडत नाही. आपण मात्र आपले चित्त केवळ ईश्वराकडेच लावायला हवे,

अन्यथा यश प्राप्त करू शकणार नाही. आपल्या एका हाताने कर्तव्ये, उदरनिर्वाह करत राहा आणि दुसऱ्या हाताने ईश्वराची भक्ती करत राहा. अशा पद्धतीने जेव्हा आपली कामे संपतील, तेव्हा आपण आपल्या दोन्ही हातांनी ईश्वराची आराधना, भक्ती करू शकाल.

१९. त्या मनुष्याचा जन्म व्यर्थच होय, जो अत्यंत परिश्रमाने प्राप्त झालेला दुर्मीळ मनुष्यजन्म मोहमायेत विनाकारण व्यर्थ घालवतो. आपल्या संपूर्ण हयातीत ईश्वराला जाणून घेण्याचा प्रयत्नदेखील करत नाही.

२०. जगातील विषयांचे ज्ञान सर्वसामान्यतः मनुष्याला अहंकारी बनवते. ज्ञानाचा अहंकार हेदेखील एक प्रकारचे बंधनच आहे.

२१. ज्याला आत्मसाक्षात्कार झाला आहे, असा मनुष्य इतरांबाबत कधीही क्रूर, कठोर होऊ शकत नाही. कारण अशा प्रकारची क्रूरता असणे, ही त्याच्या स्वभावाविरुद्ध असलेली गोष्ट असते. असा मनुष्य कधीही चुकीचे पाऊल उचलत नाही. त्याच्या मनात कधीही चुकीचे विचार येत नाहीत.

२२. ज्याप्रमाणे धुळीने माखलेल्या आरशावर सूर्याचे प्रतिबिंब पडत नाही, त्याचप्रमाणे मलिन अंत:करणात ईश्वराच्या दैवी प्रकाशाचे प्रतिबिंब पडू शकत नाही.

२३. नौका पाण्यात असावी, पण पाणी नौकेत असू नये. अगदी तसेच साधकाने या जगात वावरत राहावे; पण जगाने साधकाच्या हृदयात वावरू नये.

२४. हवा वाहू लागली की पंख्याचे फिरणे बंद करायला हवे; पण ईश्वराची कृपादृष्टी होऊ लागल्यानंतरही साधकाने आपली साधना सोडू नये.

२५. ईश्वराकडून प्राप्त झालेल्या शक्तीचा तुम्ही सदुपयोग करू शकला नाहीत, तर तो त्याहून जास्त काही देणार नाही. त्यामुळे प्रयत्नही आवश्यक आहेत. त्याचप्रमाणे ईश्वरायोग्य बनण्यासाठी पुरुषार्थही असायला हवा.

२६. राजहंस दूध पितो, तेव्हा पाणी शिल्लक राहते. इतर पक्षी मात्र असे करू शकत नाहीत. अशाच प्रकारे सामान्य मनुष्य मोहजालात फसल्याने परमात्म्यास पाहू शकत नाही. केवळ परमहंसांसारखा मनुष्यच या मायेतून मुक्त होऊन, परमात्म्याचे दर्शन घेऊन दैवी सुखाचा अनुभव प्राप्त करू शकतो.

२७. कर्म करण्यासाठी भक्तीचा आधार आवश्यक असतो.

२८. पाणी आणि त्यातील बुडबुडा, हे दोन्हीही एकच रसायन आहे. त्याच प्रमाणे जीवात्मा आणि परमात्मा हे एकच आहेत. फरक फक्त हाच आहे, की एक परिमित आहे आणि दुसरा अनंत. एक परतंत्र आहे आणि दुसरा स्वतंत्र.

२९. जोपर्यंत मनुष्यात कणभरही इच्छा शिल्लक आहे, तोपर्यंत ईश्वराचे दर्शन होऊ शकणार नाही, त्यामुळे सदसद्‌विवेकाद्वारे आपल्या लहान-मोठ्या इच्छांचा त्याग करा.

३०. केवळ ईश्वरच विश्वभराचा मार्गदर्शक आणि गुरू आहे.

३१. ज्याला आध्यात्मिक ज्ञानप्राप्ती झाली आहे, त्याला काम आणि लोभ यांचे विष बाधत नाही.

३२. केवळ धन-संपत्ती कमावणे, हेच जीवनाचे ध्येय नसावे; तर आपल्या हातून ईश्वराची सेवादेखील घडायला हवी.

३३. कोणताही स्वार्थ न बाळगता, नि:स्वार्थ भावनेने काम करणारा मनुष्य वास्तविक स्वत:चेच कल्याण करत असतो.

३४. एखादा मनुष्य दिव्याच्या मंद प्रकाशातसुद्धा भागवताचे पारायण करू शकतो, तर कोणी प्रकाशाच्या झगमगाटातही लबाडी, फसवणूक करू शकतो. प्रकाशावर मात्र याचा काहीही परिणाम होत नसतो. सूर्य आपला प्रकाश देताना सज्जन आणि दुर्जन असा भेदभाव करत नाही, तो सर्वांना सारखाच प्रकाश देत असतो.

३५. तुम्ही प्रकाशाची प्राप्ती तेव्हाच करू शकता, जेव्हा त्याच्या शोधात असाल आणि हा शोध अगदी तसाच असायला हवा, जसे मस्तकी आग लागलेला मनुष्य तलावाचा शोध घेत असतो.

३६. धन-संपत्ती, पैसा-प्रसिद्धी, ऐश-आराम यांसारख्या अस्थिर गोष्टींकडे असलेला आपला ओढा दिवसेंदिवस आपोआप कमी होत जावा, अशी ईश्वराकडे प्रार्थना करा.

३७. कस्तुरीमृग सुगंधाने बेभान होऊन त्याच्या उगमस्त्रोताचा शोध घेत सैरावैरा धावत असतो, ज्याची निर्मिती त्याच्या स्वत:कडूनच होत असते.

३८. आपल्या विचारांशी प्रामाणिक राहा, योग्य समज प्राप्त करा. आपल्या विचारांशी प्रामाणिक राहून कोणतेही कार्य केले, तर निश्चितच आपण त्यात यशस्वी व्हाल. प्रामाणिकपणे आणि निष्कपट वृत्तीने प्रार्थना करत राहा. आपली प्रार्थना नक्कीच फलदायी ठरेल.

हे पुस्तक वाचल्यानंतर आपला अभिप्राय कृपया या पत्त्यावर अवश्य पाठवा.

Tej Gyan Global Foundation

Pimpri Colony Post Office, P. O. Box 25, Pune - 411 017. Maharashtra (India).

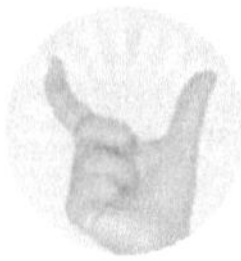

स्वीकार मंत्र मुद्रा

सरश्री : एक अल्प परिचय

सरश्रींचा आध्यात्मिक शोधाचा प्रवास त्यांच्या बालपणापासूनच सुरू झाला होता. हा शोध सुरू असताना त्यांनी अनेक प्रकारच्या पुस्तकांचा अभ्यास केला. त्याचबरोबर आपल्या आध्यात्मिक शोधात मग्न राहून त्यांनी अनेक ध्यानपद्धतींचा अभ्यास केला. त्यांच्या या शोधाने त्यांना अनेक वैचारिक आणि शैक्षणिक संस्थांमध्ये जाण्यासाठी प्रेरित केले. तरीही अंतिम सत्यापासून ते अद्याप दूरच होते.

सत्यप्राप्तीच्या शोधासाठी जास्तीतजास्त वेळ देता यावा, या तीव्र इच्छेने त्यांना, ते करत असलेले अध्यापनाचे कार्य थांबवण्यास प्रवृत्त केले. जीवनाचे रहस्य समजण्यासाठी त्यांनी बराच काळ मनन करून आपले शोधकार्य सातत्याने सुरू ठेवले. या शोधाच्या शेवटी त्यांना 'आत्मबोध' प्राप्त झाला. आत्मसाक्षात्कारानंतर त्यांना जाणवले, की अध्यात्मातील प्रत्येक मार्ग ज्या एका कडीने जोडलेला आहे, ती कडी आहे 'समज' (Understanding).

सरश्री म्हणतात, 'सत्यप्राप्तीच्या सर्व मार्गांचा आरंभ वेगवेगळ्या प्रकारे होतो, परंतु सर्वांच्या शेवटी मात्र एकच समज प्राप्त होते. ही 'समज'च सर्व काही असून, ती स्वतःच स्वतःत परिपूर्ण आहे. आध्यात्मिक ज्ञानप्राप्तीकरिता या 'समजे'चे श्रवणसुद्धा पुरेसे आहे.' हीच 'समज' प्रदान करण्यासाठी सरश्रींनी 'तेजज्ञान फाउंडेशन'ची निर्मिती केली. तेजज्ञान ही आत्मविकासातून आत्मसाक्षात्कार प्राप्त करण्याची परिपूर्ण ज्ञानप्रणाली आहे.

सरश्रींनी तीन हजारांहून अधिक प्रवचने दिली आहेत. या प्रवचनांद्वारे ते अध्यात्मातील अतिशय गहन संकल्पना सहज, सुलभ आणि व्यावहारिक भाषेत समजावून सांगतात. समाजातील प्रत्येक स्तरांवरील मनुष्य सरश्रींद्वारे सांगितल्या जाणाऱ्या या समजेचा लाभ घेऊ शकतो.

ही समज प्रत्येकाला आपल्या अनुभवातून प्राप्त व्हावी, यासाठी सरश्रींनी 'महाआसमानी परमज्ञान शिबिर' आणि त्यासाठी आवश्यक असणारी कार्यप्रणाली (सिस्टिम) तयार केली. तिचा लाभ आज लाखो लोक घेत आहेत. या प्रणालीला

आयएसओ (ISO 9001:2015) प्रमाणपत्रही लाभले आहे. या प्रणालीमुळेच अनेकांना सत्यमार्गावर वाटचाल करण्याची प्रेरणा मिळाली आहे. या समजेचा प्रचार आणि प्रसार करण्यासाठी त्यांनी 'तेजज्ञान फाउंडेशन' या आध्यात्मिक संस्थेचा पाया रचला. 'हॅपी थॉट्सद्वारे उच्चतम विकसित समाजाची निर्मिती करणे,' हेच या संस्थेचे मुख्य उद्दिष्ट आहे.

विश्वातील प्रत्येक मनुष्य आज सरश्रींच्या मार्गदर्शनाचा लाभ घेऊ शकतो. त्यासाठी कोणत्याही धर्म, जात, उपजात, वर्ण, पंथ वा लिंग यांचे बंधन नसते. विश्वाच्या प्रत्येक कानाकोपऱ्यांतील लोक आज 'तेजज्ञान'च्या अनोख्या ज्ञानप्रणालीचा (System for Wisdom) लाभ घेत आहेत. याच व्यवस्थेचा आणखी एक महत्त्वपूर्ण भाग म्हणजे, दररोज सकाळी आणि रात्री ९ वाजून ९ मिनिटांनी लाखो लोक विश्वशांतीसाठी प्रार्थना करत आहेत.

बेस्ट सेलर पुस्तक *विचारनियम* शृंखलेचे रचनाकार म्हणूनही सरश्रींना ओळखले जाते. केवळ पाच वर्षांच्या कालावधीत या पुस्तकाच्या एक कोटीपेक्षा अधिक प्रती वितरित झाल्या आहेत. याशिवाय आजवर त्यांनी विविध विषयांवर १०० हून अधिक पुस्तके लिहिली आहेत. त्यांपैकी *विचार नियम, स्वसंवाद एक जादू, शोध स्वतःचा, स्वीकाराची जादू, निःशब्द संवाद एक जादू, संपूर्ण ध्यान* इत्यादी पुस्तके बेस्ट सेलर झाली आहेत. ऐंशीपेक्षा जास्त पुस्तकांची रचना केली आहे. ही पुस्तके दहापेक्षा अधिक भाषांमध्ये अनुवादित केली गेली असून पेंग्विन बुक्स, हे हाउस पब्लिशर्स, जैको बुक्स, मंजुल पब्लिशिंग हाउस, प्रभात प्रकाशन, राजपाल अ‍ॅण्ड सन्स, पेंटागॉन प्रेस आणि सकाळ प्रकाशन इत्यादी प्रमुख प्रकाशन संस्थांद्वारे प्रकाशित केली गेली आहेत.

तेजज्ञान फाउंडेशन परिचय

तेजज्ञान फाउंडेशन हा आत्मविकासातून आत्मसाक्षात्कार प्राप्त करण्याचा एक प्रभावी मार्ग आहे. यासाठी सरश्रींद्वारा एक अनोखी बोधप्रणाली (System for Wisdom) निर्माण करण्यात आली आहे. या प्रणालीला आंतरराष्ट्रीय प्रमाणपत्र ISO 9001:2015चे निकष पडताळून आणि त्यांच्या मार्गदर्शक सूचनांनुसार सरळ, व्यावहारिक आणि प्रभावी बनवले गेले आहे.

या संस्थेच्या प्रबोधनपद्धतीच्या भिन्नभिन्न पैलूंना (शिक्षण, निरीक्षण आणि गुणवत्ता) स्वतंत्र गुणवत्ता परीक्षकांद्वारे (Quality Auditors) क्रमबद्ध पद्धतीने पडताळले गेले आणि त्यानंतर या पैलूंना ISO 9001:2015साठी पात्र समजून या बोधपद्धतीला हे प्रमाणपत्र प्रदान करण्यात आले आहे.

या फाउंडेशनचे उद्दिष्ट आहे आपणास नकारात्मक विचारांकडून सकारात्मक विचारांकडे अग्रेसर करणे. सकारात्मक विचारांकडून शुभ विचारांकडे म्हणजे हॅपी थॉट्सकडे (विधायक आणि आनंदी विचारांकडे) प्रगती. शुभ विचारांकडून निर्विचार अवस्थेकडे मार्गक्रमण आणि निर्विचार अवस्थेच्या अंती आत्मसाक्षात्कार प्राप्ती शक्य आहे. 'मी सर्व विचारांपासून मुक्त व्हावे' हा विचार म्हणजे शुभ विचार (हॅपी थॉट्स) आणि 'मी सर्व इच्छांतून मुक्त व्हावे', अशी इच्छा म्हणजे शुभ इच्छा.

तेजज्ञान म्हणजे ज्ञान व अज्ञान या दोहोंच्या पलीकडचे ज्ञान. पुष्कळ लोक सामान्य ज्ञानाच्या (General Knowledge) माहितीलाच ज्ञान मानतात; परंतु अस्सल ज्ञान आणि नुसती माहिती यांत फार मोठे अंतर आहे. आजमितीला लोक सामान्य ज्ञानाच्या उत्तरांनाच जास्त महत्त्व देतात. अशा ज्ञानाचे विषय म्हणजे कर्म आणि भाग्य, योग आणि प्राणायाम, स्वर्ग आणि नरक इत्यादी. आजच्या युगात सामान्य ज्ञान प्राप्त करणारे लोक, आणि असा उपदेश करणारे शिक्षक मोठ्या प्रमाणावर आहेत; परंतु अशा ज्ञानाच्या प्राप्तीने जीवनात काही महत्त्वाचे परिवर्तन घडून येत नाही. असे ज्ञान म्हणजे केवळ बुद्धिविलास आहे किंवा अध्यात्माच्या नावावर चाललेला बुद्धीचा व्यायाम आहे.

सर्व समस्यांवरील उपाय आहे तेजज्ञान. क्रोध, चिंता आणि भय यांपासून मुक्त

जीवन म्हणजे तेजज्ञान. शारीरिक, मानसिक, सामाजिक, आर्थिक आणि आध्यात्मिक प्रगतीचा, सर्वांगीण प्रगतीचा मार्ग आहे तेजज्ञान. तेजज्ञान आपल्या अंतरंगात आहे. इथे या आणि या गोष्टीचा अनुभव घ्या.

आपल्याला आता असे ज्ञान हवे आहे, जे सामान्य ज्ञानापलीकडे आहे, जे प्रत्येक समस्येवरील उत्तर आहे, जे सर्व प्रकारच्या गृहीत धारणांपासून आपल्याला मुक्त करते, ईश्वरी साक्षात्कार घडवते, जे आपणास अंतिम सत्यात स्थापित करते. आता वेळ आली आहे शाब्दिक सामान्य ज्ञानातून बाहेर पडून तेजज्ञानाचा अनुभव घेण्याची!

आजवर जपतप, तंत्र-मंत्र, कर्म-भाग्य, ध्यान-ज्ञान, योग-भक्ती असे अनेक मार्ग अध्यात्मात सांगितले गेले आहेत. या सर्व मार्गांनी प्राप्त होणारी अंतिम समज, अंतिम ज्ञान, बोध एकच आहे. अंतिम सत्याच्या जिज्ञासूला, साधकाला शेवटी जी एकच 'समज' प्राप्त होते, ती 'समज' श्रवणानेसुद्धा प्राप्त होऊ शकते. अशा समजप्राप्तीसाठी श्रवण करणे यालाच तेजज्ञान प्राप्त करणे म्हटले गेले आहे. तेजज्ञानाच्या श्रवणाने सत्याचा साक्षात्कार घडतो, ईश्वरी अनुभव मिळतो. हेच तेजज्ञान सरश्री महाआसमानी शिबिरात प्रदान करतात.

महाआसमानी शिबिर (निवासी)

तुम्हांला सर्वोच्च आनंद हवा आहे? असा आनंद, जो कोणत्याही बाह्य कारणावर अवलंबून नाही... जो प्रत्येक क्षणी वृद्धिंगत होतो. या जीवनात तुम्हांला प्रेम, विश्वास, शांती, समृद्धी आणि परमसंतुष्टी हवी आहे का? शारीरिक, मानसिक, सामाजिक, आर्थिक आणि आध्यात्मिक अशा आयुष्याच्या सर्व स्तरांवर यशस्वी होण्याची तुमची इच्छा आहे का? 'मी कोण आहे' हे तुम्हांला अनुभवाने जाणावेसे वाटते का?

तुमच्या अंतर्यामी अशा सर्व प्रश्नांची उत्तरे जाणण्याची इच्छा आणि 'अंतिम सत्य' प्राप्त करण्याची तृष्णा असेल, तर तेजज्ञान फाउंडेशनतर्फे आयोजित 'महाआसमानी शिबिरा'त तुमचे स्वागत आहे. हे शिबिर आजच्या युगातील आध्यात्मिक गुरू सरश्री यांच्या मार्गदर्शनावर आधारित आहे. सरश्री आजच्या लोकभाषेत अत्यंत सहजपणे आध्यात्मिक समज प्रदान करतात.

महाआसमानी शिबिराचा उद्देश

विश्वातील प्रत्येक मनुष्याने 'मी कोण आहे', या प्रश्नाचे उत्तर जाणून तो सर्वोच्च आनंदाच्या अवस्थेत स्थापित व्हावा, हाच या शिबिराचा मुख्य उद्देश आहे. प्रत्येकाला असे ज्ञान प्राप्त व्हावे, जेणेकरून त्याने प्रत्येक क्षणी वर्तमानात जगण्याची कला आत्मसात करावी. तो भूतकाळाचे ओझे आणि भविष्याची चिंता यांतून मुक्त व्हावा. प्रत्येकाच्या आयुष्यात कधीही न संपणारा आनंद आणि योग्य समज यावी. शिवाय, प्रत्येकाने समस्या विलीन करण्याची कला आत्मसात करावी. थोडक्यात, मनुष्यजन्माचा उद्देश सफल व्हावा, हाच या शिबिराचा उद्देश आहे. 'मी कोण आहे? मी इथे का आहे? मोक्ष म्हणजे काय? या जन्मातच मोक्षप्राप्ती शक्य आहे का?' असे प्रश्न जर तुमच्या मनात असतील, तर त्यांवरील उत्तर आहे -'महाआसमानी शिबिर'.

महाआसमानी शिबिराचे मुख्य लाभ

वास्तविक या शिबिराचे लाभ तर असंख्य आहेत; पण त्यांपैकी मुख्य लाभ पुढीलप्रमाणे:

- जीवनात शक्तिशाली ध्येय निश्चित होते.
- 'मी कोण आहे' हे अनुभवाने जाणता येते (सेल्फ रियलायजेशन).
- मनाचे सर्व विकार विलीन होतात.
- भय, चिंता, क्रोध, बोरडम, मोह, तणाव या नकारात्मक बाबींतून मुक्ती मिळते.
- प्रेम, आनंद, मौन, समृद्धी, संतुष्टी, विश्वास अशा दिव्य गुणांशी युती होते.
- साधे, सरळ पण शक्तिशाली जीवन जगता येते.
- प्रत्येक समस्येचे निराकरण करण्याची कला प्राप्त होते.
- 'प्रत्येक क्षण वर्तमानात जगणे' हा तुमचा स्वभाव बनतो.
- आपल्यातील सर्व सकारात्मक शक्यता खुलतात.
- याच जीवनात मोक्षप्राप्ती होते.

महाआसमानी शिबिरात सहभागी कसे व्हाल?

या शिबिरात सहभागी होण्यासाठी तुम्हांला पुढील बाबींची पूर्तता करायची आहे -

१. तुमचे वय कमीत कमी अठरा किंवा त्यापेक्षा अधिक असायला हवे.

२. सर्वप्रथम तुम्हांला 'सत्य-स्थापना' (फाउंडेशन ट्रुथ रिट्रीट) शिबिरात सहभागी व्हावे लागेल. या शिबिरात, तुम्ही प्रामुख्याने दोन बाबी शिकाल - प्रत्येक क्षण वर्तमानात जगण्याची कला कशी आत्मसात करावी आणि निर्विचार अवस्था कशी प्राप्त करावी.

३. प्राथमिक स्तरावर तुम्हांला काही प्रवचने ऐकायची असून, त्यांतून तुम्ही मूलभूत समज आत्मसात कराल आणि महाआसमानी शिबिरात प्रवेश करण्यासाठी तयार व्हाल.

महाआसमानी शिबिर वर्षभरात तीन-चार वेळा आयोजित केले जाते. यात हजारो सत्यशोधक सहभागी होतात. महाआसमानी शिबिराची पूर्वतयारी तुम्ही तेजज्ञान फाउंडेशनच्या नजीकच्या सेंटरवरही करू शकता. महाराष्ट्रात अहमदनगर, सातारा, औरंगाबाद, नाशिक, नागपूर, वर्धा, अमरावती, चंद्रपूर, यवतमाळ, कोल्हापूर, सांगली, रत्नागिरी, लातूर, बीड, नांदेड, परभणी, पनवेल, मुंबई, ठाणे, सोलापूर, पंढरपूर, जळगाव, अकोला, बुलढाणा, धुळे, भुसावळ आणि महाराष्ट्राबाहेर सुरत, अहमदाबाद, बडोदा, नवी दिल्ली, बंगळुरू, बेळगाव, धारवाड, रायपूर, भुवनेश्वर, कोलकाता, रांची, लखनौ, कानपूर, चंदीगढ, जयपूर, चेन्नई, पणजी, म्हापसा, भोपाळ, इंदोर, इटारसी, हरदा, विदिशा, बऱ्हाणपूर या ठिकाणी महाआसमानी शिबिराची पूर्वतयारी करू शकता.

तेजज्ञान फाउंडेशनमध्ये उपलब्ध असणाऱ्या सरश्री लिखित पुस्तकांचे वाचन करून किंवा सरश्रींच्या प्रवचनांच्या सीडीज ऐकूनही तुम्ही या शिबिराची पूर्वतयारी करू शकता. याशिवाय, तुम्ही टीव्ही, रेडिओ किंवा यू-ट्युबवरील सरश्रींच्या प्रवचनांचा लाभही घेऊ शकता. पण लक्षात घ्या, पुस्तकांतील ज्ञान, सीडी, टीव्ही, रेडिओ आणि यू-ट्युब यांवरील प्रवचने म्हणजे 'तेजज्ञानाची तोंडओळख' आहे; 'संपूर्ण तेजज्ञान' मुळीच नाही. तुम्ही महाआसमानी शिबिरात सहभागी होऊनच तेजज्ञानाचा आनंद घेऊ शकता. तेव्हा आगामी महाआसमानी शिबिरात सहभागी होण्यासाठी आजच संपर्क करा - ०९९२१००८०६०/ ७५, ९०११०१३२०८

महाआसमानी शिबिरस्थान

हे शिबिर पुण्यातील मनन आश्रम इथे आयोजित केले जाते. इथे तुमच्या निवासाची आणि भोजनाची व्यवस्था केली जाते. तुम्हांला काही शारीरिक व्याधी असतील आणि त्यासाठी जर तुम्ही नियमितपणे औषधे घेत असाल, तर शिबिरात येताना ती सोबत बाळगावीत. शिवाय, वातावरणानुसार गरम कपडे, स्वेटर, ब्लँकेटही आणावे. पुणे शहरापासून १७ किलोमीटर अंतरावर निसर्गरम्य परिसरात मनन आश्रम वसलेला आहे. आश्रमात महिला आणि पुरुष यांच्या निवासाची स्वतंत्र व्यवस्था असून, इथे जवळपास ८०० लोकांच्या राहण्याची व्यवस्था आहे. आपण हवाईमार्ग, हायवे किंवा रेल्वे अशा कोणत्याही मार्गाने पुण्यात येऊ शकता.

मनन आश्रम

मनन आश्रम, पुणे, सर्व्हे नं. ४३, सणस नगर, नांदोशी गाव, किरकटवाडी फाटा, तालुका हवेली, जिल्हा पुणे- ४११०२४. फोन : ०९९२१००८०६०

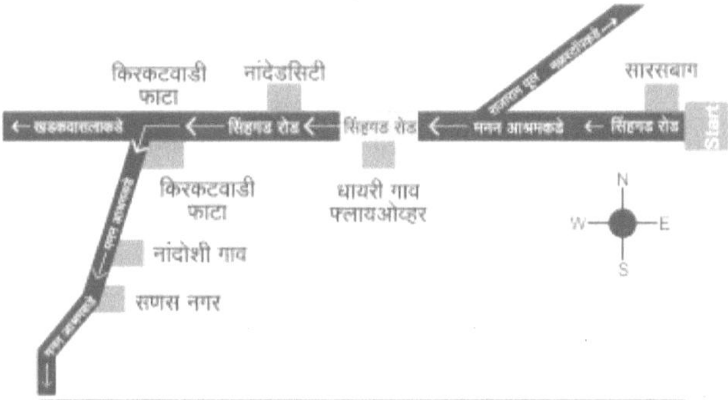

तेजज्ञान फाउंडेशनच्या मुख्य शाखा

- **पुणे सेंटर : (रजिस्टर्ड पत्ता)**
  विक्रांत कॉम्प्लेक्स, तपोवन मंदिराजवळ, पिंपरी, पुणे ४११ ०१७
  दूरध्वनी : ०२०-२७४१ १२४०, २७४१ २५७६
- मनन आश्रम, पुणे : सर्व्हे क्रमांक ४३, सणसनगर, नांदोशी गाव, किरकटवाडी फाटा, तालुका हवेली, जिल्हा पुणे ४११ ०२४
  दूरध्वनी : ०२०-२४३२ १९२५, भ्रमणध्वनी : ०९९२१० ०८०६०

तेजज्ञान इंटरनेट रेडिओ

तेजज्ञान इंटरनेट रेडिओद्वारे २४ तास ३६५ दिवस,
सरश्रींच्या प्रवचनांचा आणि भजनांचा लाभ घ्या. त्यासाठी पाहा लिंक
http://www.tejgyan.org internetradio.aspx

विविध भारती F.M. वर दर रविवारी
सकाळी १०:०५ ते १०:१५ वाजता
नोट : या कार्यक्रमांच्या वेळेत बदल झाल्यास नोंद ठेवावी.

www.youtube.com/tejgyanच्या साहाय्यानेदेखील
आपण सरश्रींच्या प्रवचनांचा लाभ घेऊ शकता.
For online shoping visit us - www.tejgyan.org,
www.gethappythoughts.org

नम्र निवेदन

विश्वशांतीसाठी लाखो लोक दररोज सकाळी आणि रात्री ९.०९ मिनिटांनी प्रार्थना करत आहेत. कृपया आपणही यामध्ये सहभागी व्हावे.

बेस्टसेलर पुस्तक 'विचारनियम'चे रचनाकार सरश्री यांची अन्य श्रेष्ठ पुस्तके

१. **आध्यात्मिक विकास साधण्यासाठी या पुस्तकांचा अवश्य लाभ घ्यावा :**
- जीवनाची दोन टोकं : ध्यान आणि धन
- रामायण वनवास रहस्य
- संत ज्ञानेश्वर : समाधीरहस्य आणि जीवनचरित्र
- अंतर्मनाच्या शक्तीपलीकडील आत्मबळ
- मृत्यू उपरांत जीवन : मृत्यू मोका की धोका?
- क्षमेची जादू : क्षमेचं सामर्थ्य जाणा, सर्व दु:खांपासून मुक्त व्हा
- प्रेमनियम : प्लास्टिक प्रेमातून मुक्ती
- धर्मयोग : स्वभाव हाच धर्म

२. **स्व–विकासासाठी या पुस्तकांचा लाभ घ्यावा :**
- विचारनियम : आपल्या यशाचे रहस्य
- विकासनियम : आत्मसंतुष्टीचे रहस्य
- परिवारासाठी विचार नियम : हॅपी फॅमिलीची सात सूत्र
- आळसावर मात : उत्साही जीवनाची सुरुवात
- स्वसंवाद एक जादू : आपला रिमोट कंट्रोल कसा प्राप्त करावा?
- आत्मविश्वास आणि आत्मबळ : यशाचं शिखर गाठणारे पंख
- साहसी जीवन कसं जगाल : अशक्य कार्य शक्य कसं कराल?
- समग्र लोकव्यवहार : मैत्री आणि नातं निभावण्याची कला
- अपयशावर मात : क्षमताप्राप्तीचं रहस्य
- कसा कराल स्वत:चा विकास आणि प्रशिक्षण : आत्मविकासाची सात पावलं

३. **युवकांनी या पुस्तकांचा लाभ घ्यावा :**
- आजच्या युवा पिढीसाठी : विचार नियम फॉर यूथ
- नींव नाइन्टी फॉर टीन्स : बेस्ट कसे बनाल?
- श्रीरामांकडून काय शिकाल : नवरामायण फॉर टीन्स

४. **या पुस्तकांद्वारे प्रत्येक समस्येचे समाधान प्राप्त करा**
- स्वास्थ्यप्राप्तीसाठी विचारनियम : मन:शक्तीद्वारे निरामय आरोग्य मिळवा
- स्वीकाराची जादू : त्वरित आनंद कसा प्राप्त करावा?
- भय, चिंता आणि क्रोध यांपासून मुक्ती

५. **या आध्यात्मिक कादंबऱ्यांद्वारे जीवनाचे गूढ रहस्य जाणा**
- योग्य कर्मांद्वारे यशप्राप्ती : सन ऑफ बुद्धा
- शोध स्वत:चा : In Search of Peace
- पृथ्वी लक्ष्य : मृत्यूचं महासत्य
- दु:खात खूश राहण्याची कला : संवाद गीता

www.ingramcontent.com/pod-product-compliance
Lightning Source LLC
LaVergne TN
LVHW060119051026
849517LV00007B/2344